तप्तपदी

वपु काळे

मेहता पब्लिशिंग हाऊस

✆ +91 020-24476924 / 24460313 / Mob. No. 9545000513

Email : production@mehtapublishinghouse.com

Website : www.mehtapublishinghouse.com

TAPTAPADI by V. P. KALE

तप्तपदी : वपु काळे / कथासंग्रह

Email : author@mehtapublishinghouse.com

मराठी पुस्तक प्रकाशनाचे हक्क : मेहता पब्लिशिंग हाऊस प्रा. लि., पुणे.

संस्थापक : सुनील अनिल मेहता

प्रकाशक : मेहता पब्लिशिंग हाऊस प्रा. लि.,
१९४१, सदाशिव पेठ, माडीवाले कॉलनी, पुणे - ४११०३०.

मुद्रक : श्री मुद्रा

मुखपृष्ठ : मेहता पब्लिशिंग हाऊस प्रा. लि., पुणे.

प्रकाशनकाल : जानेवारी, १९९१ / १९९४ / १९९५ / १९९६ / १९९९ / २००१ / २००६ / २००८ / २००९ / २०११ / २०१२ / २०१३ / २०१३ / २०१४ / २०१६ / २०१७ / २०१९ / ऑक्टोबर, २०२० / एप्रिल, २०२२ / जून, २०२३ /
पुनर्मुद्रण : एप्रिल, २०२५

किंमत : ₹ २००

P Book ISBN 9788177666885

E Book ISBN 9788184985900

E Books available on : amazonkindle Apple Books Google Play Books

---

तप्तपदी

तप्तपदीप्रमाणेच
जिला अखेरपर्यंत
संसार उपरण्याच्या
गाठीसकट सांभाळावा
लागला, त्या विजूस.

- वपु

तप्तपदी

कथानुक्रम

तू येत राहा...

खांद्यावर हात ठेवत तो म्हणाला, "अलीकडे तू फिरकत नाहीस?" प्रचंड मोठ्यांदा हसत मी म्हणालो, "तुला हे आता स्ट्राइक झालं का?"

"माझ्या लक्षात येऊन सात-आठ वर्षं झाली. पण शांतपणे भेट आत्ता झाली ना? तुला सांगणार कधी?"

"माझे कार्यक्रम ठरले की ते लपत नाहीत. पेपरला जाहिरात तर येतेच. आज जसा कार्यक्रमाला आपण होऊन आलास तसा तेव्हा आला असतास तर?"

"म्हणजे कधी?"

"तुला जेव्हा स्ट्राइक झालं तेव्हा."

तो काही बोलला नाही. बोलायचं असून बोलेना की काही बोलायचंच नव्हतं, हे त्याच्या चेहऱ्याकडे पाहून मानसशास्त्रज्ञालाही कधी सांगता आलं नसतं. 'चेहरा म्हणजे मनाचा आरसा' हे वचन धुडकावून लावणारा चेहरा त्याला प्राप्त झाला होता.

जन्मापासून.

कर्णाच्या कवचकुंडलांप्रमाणे.

म्हणजे, हा त्याचा कमावलेला चेहरा नव्हता. तो तसाच होता. कर्णाने कवचकुंडलांचं दान तरी केलं. ह्याचा हा चेहरा कोण मागायला जाणार? आम्ही हा चेहरा चुकवत आलेलो.

हे असे मख्ख चेहरे मिलिटरी ऑफिसर वगैरेंच्या जागांसाठी वरदान ठरतात. कर्नल, मेजर, लेफ्टनंट, कॅप्टन वगैरे लोकांची जी टोळी असते तिथे हे चेहरे 'बुल्स आय'मध्ये गोळी लागावी, तसे फिट्ट बसतात. वरिष्ठांच्या मनात काय चाललं आहे, हे सेनेला कळून चालत नाही, तिथं असे चेहरे हेच क्वॉलिफिकेशन. युद्धावर जाण्याकडे ह्या अशा चेहऱ्यांचा कल नसेल, तर बातम्या देण्यासाठी किंवा मुलाखती घेण्यासाठी दूरदर्शन आहेच.

त्याच्या पोटात बोट खुपसत मी विचारलं, "बोल ना, तेव्हा का आला नाहीस?"

"तू बडा झालास, त्याला घाबरलो."

"सुगम संगीत नावाचा शब्दही जन्माला आला नव्हता तेव्हापासून मी

गातोय,'भावगीतगायक' अशी पाटी लावून.''

''तेव्हाचं सगळंच वेगळं नव्हतं का?''

त्याच्या प्रश्नावर मी खरोखरच तेव्हाच्या काळात गेलो. काहीसा गलबलून गेलो. नको नको त्या आठवणी जाग्या झाल्या. क्षणभर छळून गेल्या. ड्रॉवरमध्ये अनवधानाने हात घालावा आणि नखाग्रात ब्लेड घुसावं तशा वेदना झाल्या. मला माझा व्यथित चेहरा लपवता आला नाही.

तो शांत झाला.

स्वत:च्या मनातले भाव जसे त्याच्या पृष्ठभागावर आदळत नाहीत त्याप्रमाणे त्याच्या थंड चेहऱ्यावर इतरांची प्रतिबिंबंही पडत नाहीत, हे बरंय.

''मी बडा नाही.''

''मग आला का नाहीस?''

आडवळणाच्या पाऊलवाटेपेक्षाही पुष्कळदा हमरस्ताच शॉर्टकट् ठरतो. मी पटकन म्हणालो,''तुझ्या बायकोशी चार शब्द बोललेलं तुला खपत नाही.''

चेहरा न बदलता तो म्हणाला,''माणसं बदलतात. तू ये. तिच्यासाठीच ये.''

तेवढ्यात संयोजक गडबडीने येत म्हणाले,''मध्यंतर लांबलं.''

माझ्या अगोदरच तो म्हणाला,''फारच!''

तो काळ खूपच वेगळा होता. बी.ए., एम.ए.ला मान होता. आर्टस्‌कडे कुणी गेला तर तो नाक उडवण्याचा शिक्षणक्रम नव्हता. टक्केवारीची जीवघेणी स्पर्धा नव्हती. मुलींचं प्रमाण त्या मानाने कमी होतं. त्यांच्यावर इम्प्रेशन पाडण्याचा प्रयत्न करणाऱ्यांचं प्रमाण मात्र तेच होतं. सायकलवरची टेहळणीपथकं होती. इच्छित वधूच्या प्राप्तीसाठी, कोण कुठे राहतं हे पाहण्यासाठी गस्त वगैरे घालायचा रिवाजही होता. निवडक निवडक पाखरांना त्यांच्या घरट्यांपर्यंत, त्यांना न सांगता, लांबून सोबत करण्याचा शिष्टाचारही होता. त्याचप्रमाणे दरवर्षी, कॉलेजची टर्म सुरू झाली की नवी आयात किती होते, कशी होते हे पाहण्याची माणुसकीही आमच्यात होती. आयात होणाऱ्या 'माला'वर 'कर' लादण्याची गोष्ट विसराच, इतकंच नव्हे तर कस्टम अधिकारी 'कर जोडोन' उभे राहत असत. कस्टम अधिकारी म्हणजे आम्हीच. येस्.

कॉलेजमधली सीनिअर बी.ए. किंवा एम.ए.च्या टर्म्स भरणारे विद्यार्थी स्वत:ला कस्टम अधिकारी समजत असत. म्हणजे तो अधिकार आम्ही आपण होऊनच ग्रहण करीत असू.

अधिकार मागायचे नसतात, मिळवायचे असतात. एम.ए.च्या टर्म्स भरणाऱ्या

विद्यार्थ्यांची जमात मोजकी आणि वेगळी असायची. एम.ए.च्या आळंदीपर्यंत कुणाची पालखी जाणार ते इंटरलाच कळायचं. ज्यांच्या डोळ्यांवर चष्मे चढत असत ते सगळे पक्षत्याग करणार हे इंटरलाच समजायचं. मग बाकीचे खूष. तेवढीच स्पर्धा कमी. आता ही मंडळी, एक पाय सायकलच्या सीटच्या गळ्यात आणि दुसरा फूटपाथवर असं करायला मोकळी राहणार नाहीत. जेवढ्या प्रमाणात मुलं एम.ए. करणार, तेवढ्या प्रमाणात इतरांची टेहळणीपथकं सांभाळण्याची जबाबदारी वाढत असे.

केवळ आपल्याच कॉलेजात कोणता 'माल' आलाय हे पाहणं इतकंच काम आमच्याकडे नसायचं. काही चांगला माल दुसऱ्याच बंदराला जायचा. मग इतर कॉलेजेसमध्येही चकरा मारणं, त्या कॉलेजच्या टेहळणीपथकाशी शाब्दिक चकमकी होणं हे सगळं आलंच. आमच्या टेहळणीपथकाचे शत्रू आमच्या परिचयाचे असत. इंटरलाच चष्मा चढवून जी थोर्थोर मंडळी एम.ए.ला जात असत, ते आमचे शत्रू. हे सगळे कॉलेजच्या गळ्यातले ताईत. हे ताईत मुलींना 'ताई' वगैरे समजणारे. म्हणजे त्या अर्थानेही ताईत. प्राध्यापकांच्या घरी वगैरे जाऊन शंकासमाधान करून घेणारे हे अस्तनीतील निखारे. ह्याच निखाऱ्यांनी पेटवलेल्या लग्नाच्या होमकुंडात, आमच्या कस्टमचा माल पडायचा. मला ती भीती नव्हती.

चांगली मुलगी मिळवण्यासाठी मला आळंदीपर्यंत जाण्याची गरज नव्हती. मी फर्स्ट इयरपासूनच कारकीर्द गाजवली. मी गायक होतो. म्हणजे गाऊ शकत होतो. कॉलेजचं एकही संमेलन माझ्या गाण्याशिवाय झालं नाही. मला टेहळणीपथकात सामील व्हायची गरजच नव्हती. पण भूलोकी राहून भुतांशी वैर नको म्हणून मी मधूनमधून त्यांच्यात सामील होत असे.

अशाच एका टेहळणीत ती दिसली.

नव्या वर्षाचा तो पहिला दिवस. जुन्या-जाणत्या सीझण्ड चेहऱ्यांतून नवे चेहरे ओळखणं काहीच कठीण नव्हतं. हिला पाहू की तिला अशा मनाच्या अवस्थेतच ती दिसली.

ती दिसली आणि मग कुठेच पाहायची गरज उरली नाही. त्यानंतर कुणी दिसणारही नव्हतं. आम्ही सगळ्यांनी एकाच वेळी एकमेकांकडे पाहिलं आणि एकाच वेळी आम्ही सगळे हादरलो. व्यक्ती तितक्या प्रकृती त्याप्रमाणे प्रत्येकाची आवडनिवडही वेगवेगळी असते आणि तोपर्यंतच मैत्री टिकते. सगळ्यांना एकच व्यक्ती आवडावी, हा सर्वांत मोठा धोका. आता एकमेकांत स्पर्धा.

ती कोण हे नावासहित समजायला फक्त अडीच तास लागले. विमल हे नाव

फार गोड समजता येणार नाही. आकर्षक तर नव्हतंच. पण तो काळच असा तसा होता. नाव ऐकलं की मुलगा की मुलगी कळावं, इतका प्रॅक्टिकल आस्पेक्टचा जमाना. जिथं सुगम संगीताला 'भावगीत' असं ठणठणीत नाव होतं, तिथं आणखी काय सांगायचं?

रीना, सुजाता, सानिका, सुप्रिया ह्या नावांचे शोध जरी लागले नव्हते तरीही एक अफलातून सत्य प्रत्येकाला भिडलं होतं. टेरिकॉट, टेरिलिन, नायलॉन, स्ट्रेचलॉन ह्या कापडांचे शोध न लागताही अख्ख्या कॉलेजने एकमुखाने कौल दिला होता,'ओन्ली विमल.'

विमल राहते कुठे, ह्याचा विचार करीत, एकमेकांकडे चौकशी करीत आम्ही सगळे कस्टम ऑफिसर्स मोक्याच्या जागी उभे होतो. तेवढ्यात एकजण सायकलवरून आला. सीटवरून न उतरता, रस्त्यावर एक पाय टेकवून त्याने एक पाकीट आमच्यापैकी एकाच्या हातात ठेवलं आणि आम्ही ते उघडून पाहायच्या आत तो निघूनही गेला.

आतल्या कागदावर एकच ओळ होती -

'तुम्ही जिची वाट पाहात आहात ती विमल मारुतीच्या देवळाजवळ राहते आणि एक आठवडा ती कॉलेजला येणार नाही.'

"माय गॉड! आता काय करायचं?"

"आधी त्याला शोधू या."

"पण विमल..."

"अरे विमल काय? तो सापडला की विमल सापडणारच!"

वाक्य संपायच्या आत तीन-चार सायकली पळाल्या आणि मी नवं गाणं गुणगुणत तिथून निघालो.

जसा तो त्या दिवशी सापडला नाही, त्याप्रमाणे नंतरच्या दिवसांत हवा तो मारुतीही सापडला नाही. भांग्या, पासोड्या, पत्र्या, सोन्या सगळ्या मारुतीरायांना आमच्या कस्टम खात्याने तेलाचा अभिषेक करून हैराण केलं. पण आमच्या टेहळणीपथकाचा दाह काही शमला नाही.

त्यानंतर केव्हातरी, म्हणजे आठवडा संपायच्या आत, आमच्यापैकी एकाच्या बाकावर आणखी एक पाकीट. त्याच अक्षरात आणखी पुढची माहिती-

'ती दक्षिणमुखी मारुतीच्या उत्तरेला राहते.'

मग काय?

त्यानंतरचे तीन-चार दिवस दक्षिणमुखी मारुतीचा मध्यबिंदू करून पूर्व-पश्चिम, ईशान्य, वायव्य, नैर्ऋत्य सगळ्या दिशांनी चाकं आणि नजरा भिरभिरत राहिल्या.

मी तटस्थ होतो. ही पदयात्रा करायची नाही असं मी ठरवलं होतं. पगारवाढीचा फायदा मिळावा म्हणून युनियनचं मेंबर व्हावंच लागतं असं नाही. युनियन जिंकली तर फायदा सगळ्यांनाच होतो.
आपल्याला पत्ता आपोआप कळणार. उसमें क्या है?
आठवड्यानंतर विमल कॉलेजला येऊ लागल्याने सगळ्यांचं राष्ट्रीय सुतक संपलं. झेंड्याप्रमाणे आमच्या केसांचे कोंबडे पुन्हा तुरे वर करून चालू लागले.

स्नेहसंमेलनात मी नेहमीप्रमाणे भावगीतगायनाचा कार्यक्रम केला. टाळ्यांच्या गजरात मी विंगमध्ये आलो तर समोर विमल.
संपलेली मैफल पुन्हा मनात सुरू झाली.
तिला काय बोलावं कळत नव्हतं. बोलण्याची गरजही नव्हती. शब्द नेमकेपणा दर्शवतात. त्यांचं नातं सगुणसाकाराशी. 'भाव' ही शब्दाधीन होणारी गोष्ट नव्हे. म्हणूनच परमेश्वराने डोळ्यांची मांडणी मेंदू आणि तोंड ह्यांच्यामध्ये केली. तिने नजरेने व्यक्त केलं आणि न बोलता ती निघून गेली.

त्यानंतर दोनच दिवसांनी अस्मादिकांच्या टेबलावर खलिता. त्या खलित्याचा प्रारंभ केवळ स.न.वि.वि.ने होता. मी पहिल्याच 'स'भोवती रेंगाळलो.
'मी त्या दिवशी काही बोलू शकले नाही. तुम्ही म्हणाला असाल, खुळीच आहे. मी तशीच आहे समजा. तुमचे सूर आत झिरपले होते आणि व्यथेत भिजत होते. हे अलौकिक गाणं माझे बाबा ऐकू शकले नाहीत, ह्याचं दुःख. ते सांधेदुखीने आजारी आहेत. घर सोडू शकत नाहीत. तुमचं गाणं खूप आवडलं हे सांगण्यासाठी धिटाईने आले आणि हा आनंद मला एकटीलाच मिळाला ह्या आठवणीने बेचैन झाले. वासुदेव नंतर मला म्हणाला, 'तू खुळी आहेस.'

त्यानंतर आठच दिवसांनी मी विमलच्या घरी जाऊन उभा राहिलो. दार उघडणाऱ्या माणसाकडे मी पाहतच राहिलो. हाच तो वासुदेव. आम्हा कस्टम्सच्या अधिकाऱ्यांना नको असलेला चेहरा. भलीथोरली धेंडं कस्टमवाल्यांपासून लांब राहतात. त्यांचे चेहरे चुकवतात. त्यांना टरकून असतात. कस्टमवाल्यांच्या आयुष्यात, त्यांनीच कुणाला तरी घाबरून असावं, कोणता तरी चेहरा चुकवावा हे इतिहासात प्रथमच घडत असावं. कस्टम अधिकारी म्हणजे पिसाळलेले हत्ती. त्यात भर म्हणजे ही सरकारची लाडकी जनावरं. त्यांनी कुणाचाही विध्वंस केला तरी तो फक्त सहन करायचा. पण इथं आम्ही हाच चेहरा चुकवत आलेलो आणि आता तोच समोर.

"ये. तू येणार हे मला माहीत होतं."
मी मनातल्या मनात उखडलो. मी सीनियर बी.ए.ला. तो फर्स्ट इयरला. त्याशिवाय मी आर्टिस्ट. तो नगण्य. माझा एकेरी निर्देश करायचा त्याला काय अधिकार?
हे असले प्रश्न उन्मत्त कस्टमवाल्याला कोण विचारणार?
येस्.
आता भूमिका बदलली होती.
तो कस्टम ऑफिसर.
माझा माल त्याच्या ताब्यात.
मला केविलवाणं हसायलाच पाहिजे.
"अय्या, तुम्ही?"
माझ्या दैवताने मला विचारलं आणि कस्टमच्या विंचवाने पालीसमोर नांगी टाकली.
ग्रीन लाइटमधून काहीही डिक्लेअर न करता मी विमलच्या पाठोपाठ तिच्या बाबांसमोर जाऊन उभा राहिलो.
"बाबा, कोण आलंय बघा."
वासू पुढे सरसावला. त्याने बाबांना उठून बसायला मदत केली. त्यांना टेकण्यासाठी पाठीशी लोड सरकवले. त्यांच्या गुडघ्यावरची 'नी-कॅप' सारखी केली. बाबांनी मला नमस्कार केला. त्यांचे हात मी वरच्यावर धरले. त्यांचा नमस्कार मी त्यांना पूर्ण करून दिला नाही. मीच खाली वाकत म्हणालो, "मला आशीर्वाद द्या."
बाबा म्हणाले, "आशीर्वाद तुम्ही येतानाच घेऊन आलेले आहात. आम्ही केवळ वयाने वाढलो आणि व्याधीने वाकलो."
"तुम्ही उद्या बरे होणार."
"ह्या वासुदेवाच्या कृपेने होईनही."
माझ्यासाठी पाणी घेऊन येणाऱ्या वासुदेवकडे हात करीत बाबा म्हणाले. मी त्याच्याकडे पाहून हसलो. त्याने प्रतिसाद दिला नाही. कस्टम्स, इन्कमटॅक्स, सेल्स टॅक्स आणि कोणत्याही इन्क्वायरी काऊंटरवरचा माणूस कधीही हसत नाही. एखादा चुकून हसला तर त्याला पोस्टात किंवा एसटीमध्ये पाठवतात. इन्क्वायरी काऊंटरवर जर एखादी बाई असेल आणि ती जर सौजन्याने बोलली तर शिक्षा म्हणून तिला टेलिफोन ऑपरेटर करतात.
"आमच्या वासुदेवाला ओळखता ना?"
"मी त्याला ओळखतो. म्हणजे कॉलेजमध्ये दिसतो. तो तुमचा आहे, हे आज

समजलं.''

''वासुदेव आमचा सर्वेसर्वा आहे. काय विमल?''

तिने मान हलवली आणि गाता-गाता जर तीव्र सप्तकातून सूर पिचला तर ऐकणाऱ्यापेक्षा गाणाऱ्याला जशा वेदना होतात तशा मला वेदना झाल्या. संपूर्ण मैफल जरी रसिकांनी तळहातावर झेलली तरीही नंतरच्या एकांतात नीट न लागलेला सूर घुमत राहतो.

विमलने गप्प राहायचं होतं. पसंतीची मान हलवायचं काही अडलं होतं का?

''तुम्ही कसं येणं केलंत?''

''बाबा, मी खूप लहान आहे.''

''कलावंत नेहमी मोठाच असतो.''

''चार छापलेली, कानावरून गेलेली गाणी मी सही न् सही गातो. कलावंत ही पदवी खूप मोठी आहे.''

''मी आता काय बोलणार? आलात कसे?''

''आलास कसा, असं विचारा.''

''सांगून टाक.''

''तुम्हाला गाणी म्हणून दाखवण्यासाठी आलोय.''

बाबा बघतच राहिले. माझी स्फूर्तिदेवता समोर येऊन बसली. वासुदेव गुरखा शेजारी उभा राहिला.

''वासुदेवा, बस.''

''नको. मी ठीक आहे.'

हार्मोनियम, तबल्याशिवाय मी गाणी म्हणत राहिलो. गात होतो पण गाणं फुलत होतं, माझ्याकडे एकटक पाहणाऱ्या समोरच्या दोन निरांजनांत. आता तिथं आणखीन कुणीच नव्हतं. समोरच्या फळ्या, खिडकीची तावदानं, पलंगाचे पाय, सतरंजी, भिंती आणि वासू ह्यांच्यात काहीच फरक नव्हता. विमलची आई मधल्या चौकटीत येऊन ऐकत होती. आजूबाजूचे आणखी जे चेहरे डोकावले त्यांना अस्तित्व नव्हतं. माझे सूर विमलच्या भोवतीच फेर धरून होते. गोफ विणला जात होता तो तिच्याभोवती. मी तिला स्वरांनी आलिंगन देत होतो. ती शहारत होती. नेमक्या शब्दांना लाजत होती. ओठांवरून नकळत जीभ फिरवत होती. वेण्यांशी चाळा करीत होती. माझ्या गाण्याने तिचा आकार धारण केला होता आणि मला आकारच उरला नव्हता. मी 'ओन्ली विमल'साठी गात होतो. 'वा, तृप्त केलंत' ह्या शब्दांचं बोट धरून मी घरी परतलो.

अत्याधुनिक शोधांपायी माणसाचं आयुष्य सोपं आणि सुखी झालं. आपले

पूर्वज कितीतरी आनंदांना पारखे झाले ह्याचं कधीकधी दु:ख होतं. खुद्द आपल्या स्वत:च्या बालवयात काही आधुनिक उपकरणांचा शोध लागला असता तर ते बालपणही किती वेगळं ठरलं असतं, हा विचारही अस्वस्थ करतो.

पण त्या काळात टेपरेकॉर्डर नव्हते ह्याचा आज अलौकिक आनंद वाटतो. तेव्हा जर हा जादूगार जन्माला आला असता तर त्या निर्विकार पुतळ्याने माझं टेप केलेलं गाणं रोज बाबांना ऐकवलं असतं.

एक मात्र खरं.

वासुदेव त्या घराचा सर्वेसर्वा होता. माझं गाणं चालू असताना तो रोबोप्रमाणे घरातली कामं करीत होता. कॉम्प्युटरवर प्रोग्रॅम दिल्याप्रमाणे तो दारं उघडत होता. गाण्याचा आवाज ऐकून डोकावणाऱ्या चेहऱ्यांना खुर्च्या देत होता. आवाज न करता ह्या हालचाली अशा वेळी करायच्या असतात, हे त्याच्या गावी नव्हतं. आणि गाणी चालू असताना त्याने चक्क स्टोव्हही पेटवायला घेतला. स्टोव्ह पेटवण्यासाठी तो सटासट पंप करीत होता. तो आवाज त्याने गाण्याच्या ऱ्हिदममध्ये केला असता तरी मी त्याला क्षमा केली असती. त्याच्या त्या हालचालींकडे माझं खास लक्ष नसलं तरी तो उपद्रव जाणवत होता.

मानसोपचारविशारद ह्या प्रकाराला 'अटेन्शन ड्रॉइंग फिनॉमिना' म्हणतात. त्या उपद्व्यापातून वासूने मला नकळतपणे एक नजराणा दिला. दातओठ खात स्टोव्हला मारलेल्या पंपामुळे तो भडकला. त्याच्या नारिंगी-केशरी ज्वाळांचं झाड क्षणभर छताला भिडलं. तो केशरी रंग विमलच्या गालांवर पडला. लग्नाच्या होमकुंडाच्या प्रकाशात ती किती विलोभनीय दिसेल, हे मला गाता-गाता जाणवलं. रंगीत फिल्म्सचा जमाना नसतानाही तो नारिंगी-केशरी, भगवा, लाल चेहऱ्याचा फोटो परतीच्या वाटेवर माझ्या डोळ्यांसमोर होता.

विमलकडे त्या वर्षभरात माझ्या चार-पाच खेपा झाल्या असतील. कॉलेजात तिचं दर्शन व्हायचं ते वेगळं. तिच्या घरी मी जातो ह्याचा पत्ता मी कुणालाही लागू दिला नाही. वासू आपण होऊन कुणाला सांगायला जाणं शक्य नव्हतं.

चिरंजीव वासुदेव विमलचा कुणीही नव्हता. तिच्या बाबांनी त्याला कोकणातून आणला होता. मुलासारखा सांभाळला होता. त्याच्या आगमनानंतर विमलचा जन्म. तोही वासुदेवाचा पायगुण ह्यावर कुटुंबाची श्रद्धा होती. विमलमध्ये आणि वासुदेवात आठ वर्षांचं अंतर. वासुदेवाची शिक्षणात गती यथातथाच. प्रत्येक इयत्तेत दोन-दोन वर्षं काढत तो कसा तरी कॉलेजात टेकलेला. त्याचं कॉलेजचं शिक्षण करणं हा बाबांचा मूळ हेतू नव्हताच. विमलचं रक्षण करणं हे मुख्य काम. ते काम तो चोख करीत होता. अंगापिंडाने मजबूत आणि डोकं यथातथाच. जर्मन गेस्टॅपोप्रमाणे तो सतत विमलच्या अवतीभवती असायचा.

कस्टम डिपार्टमेंटने विमलचा नाद सोडला.
आणि मी ध्यास घेतला.
पण ही हिरकणी मिळवणं सोपं नव्हतं. त्यासाठी चांगली नोकरी आणि रुबाब करता येईल अशी प्राप्ती हवी. कुणीतरी मुंबईचा मार्ग दाखवला आणि बी.ए.चा शेवटचा पेपर टाकून मी मुंबईला आलो. एक महिन्याच्या आत ऑल इंडिया रेडिओ, मुंबई 'ब' केंद्रावर चिकटलो. बिनडोक अधिकाऱ्यांसमोर ऑडिशन देण्याची प्रथा त्या काळात नव्हती. निव्वळ कलागुणांना प्राधान्य देणारे अधिकारी तिथं होते. संगीत विभागात मी दाखल झालो.
मुंबईत जागा मिळून नीट बस्तान बसेतो दोन वर्षं गेली. घरून लग्नाचा तगादा सुरू झाला.
'तुझ्या मनात कुणी एखादी मुलगी आहे का?'-अशी विचारणा झाली, तेव्हा मी नकळतपणे स्वत:शीच म्हणालो,
'ओन्ली विमल!'

पुण्याला आलो. विमलकडे निघालो. माझा आवाज तिने रेडिओवर नक्की ऐकला असणार. त्या काळात टीव्ही नव्हते. स्वत:चं प्रदर्शन कधी मांडतो ह्यासाठी कासावीस झालेला समाज नव्हता. कलागुणांच्या जोरावरच कलावंत जगत होते आणि समाजाला अभिरुची होती. ट्रॅन्झिस्टरनामक खिशातला राक्षस जन्माला आला नव्हता. नभोवाणीची शान टिकून होती. घराघरांत रेडिओ नव्हते तरीही अभिजात साहित्य आणि संगीत म्हणजे काय हे आकाशवाणीमुळे आबालवृद्धांना माहीत होतं. ध्वनिमुद्रित कार्यक्रमांची प्रथा फार मोठ्या प्रमाणावर नव्हती. पुष्कळदा दोन कार्यक्रमांमधला वेळ 'फिलर' म्हणून भरून काढावा लागत असे. 'आकाशवाणी कलावंतांकडून आता ऐका...' ह्या स्वरूपाची अनाउन्समेंट व्हायची. कधीकधी मी गात असे. विमलने नक्की रेडिओ लावलेला आहे आणि हातातलं काम टाकून ती रेडिओजवळ आहे. त्याच वेळी वासूने स्टोव्ह पेटवला असेल.
त्या नारिंगी, भगव्या, लाल ज्वाळांचा प्रकाश...
मी तिच्यासाठीच गात होतो.
हे सगळं आता तिला सांगायचं अशा निर्धाराने मी तिच्या दाराची कडी वाजवली. विमलने मंगळसूत्रासकट दार उघडलं.
विमलच्या मागे तिचा भ्रतार वासुदेव उभा होता.
विमलची आई प्रथम माझ्याशी बोलली.
''विमलचे बाबा अचानक गेले. विमलचं लग्न वर्षाच्या आत करायला हवं होतं.

नंतर तीन वर्षं कार्य करता आलं नसतं. विमलसारखी मुलगी लग्नाशिवाय सांभाळायची म्हणजे पदरात धगधगती ज्वाळाच बाळगण्यासारखं. अनेकांचा डोळा. किती जपणार? कुणीतरी सांगितलं,'काखेत कळसा, कुठे गावाला वळसा घालता?' वासुदेवाला विचारलं. त्याने शब्द खाली पडू दिला नाही. विमलही चालेल म्हणाली. मी सुटले. पोरगी-जावई कायम डोळ्यांसमोर. काय वाईट आहे?"

"वासू करतो काय?"

"विमलच्या बाबांची टाइपरायटिंग इन्स्टिट्यूट होती ना, ती चालवतो. कॉलेज रडतखडत त्याने संपवलं. तिथं नाही त्याची बुद्धी चालली, पण क्लास जोरात चाललाय. आणखी एक ब्रँच काढतोय. टायपिंगचं यंत्र बघता-बघता नीट करतो. मोठमोठ्या कंपन्या दुरुस्तीकरिता त्याला बोलावतात. आणि मुख्य म्हणजे, डोळ्यांत तेल घालून विमलला सांभाळतो. आणखीन काय हवं?"

काय हवं, काय सांगणार?

आई बोलतच होत्या,

"कुणाच्या अध्यात नसतो, मध्यात नसतो. डावपेचाने वागणं नाही. राहणं साधं. छानछोकी नाही. खिशात हजार-हजार रुपये असतात, हे त्याच्या कपड्यांवरून कळायचं नाही. नाटका-सिनेमाचा छंद नाही. संध्याकाळचं गावभर भटकणं नाही. तो आणि त्याचा टायपिंगचा क्लास. दुपारी सरळ घरी येतो. आला रे आला की विमलच्या अवतीभवती असतो. तिला हवं-नको बघतो. पडतील ती कामं करतो. घरातली कामं नसतील तर ती टायपिंगची यंत्रं असतातच पडलेली. त्यात बसतो डोकं घालून. सध्याच्या युगात इतका नाकासमोर जाणारा मुलगा मिळेल का सांगा."

मी गप्प.

"तू गप्प का?"

"मला वाटतं, आपण लग्नाची घाई केलीत. एम.ए.पर्यंत शिकली असती..."

"छे रे बाबा! तोपर्यंत तुला सांगते, सांभाळायची कशी हिला? शंभर लोकांचा डोळा."

"असं?"

"मग? पुण्यात आता मारुती कमी का आहेत? पण कॉलेजातल्या सगळ्या माकडांना फक्त दक्षिणमुखी मारुतीचंच वेड का रे लागलं? तू त्यातला नाहीस म्हणून तुला सांगते. सायकलीवरनं प्रदक्षिणा घालायची बघ कार्टी. त्यापेक्षा विचार केला, काय वाईट आहे वासुदेव?"

या प्रश्नाला उत्तर नसताना मी म्हणालो,"बरोबर आहे."

म्हातारी खूष.
मी बाहेर.

आईने सुचवलेल्या पहिल्यावहिल्या मुलीला मी होकार दिला. प्रेयसीवरचा हक्क संपला की पत्नी म्हणून कोणतीही मुलगी योग्यच असते. घराचं राज्य कोणीही चालवू शकतो. मनाच्या राजधानीसाठी प्रेयसीच हवी असते. संसार हे एक वेगळंच खटलं आहे. भावना आणि व्यवहार हे टोटली परस्परविरोधी असलेले अश्व ह्या रथाला जोडलेले असतात. पाठीवर चाबूक बसला की घोडे पळतातच. कधी व्यवहारनामक घोडा बलवान ठरतो. भावनेचा वारू निव्वळ फरफटला जातो. भावनेचा वारू जर बेफामपणे धावत सुटला तर कर्तव्य, समाज, गृहस्थधर्म, परंपरा, संस्कार वगैरे असंख्य लगाम गळ्यात पडतात आणि व्यवहारी घोडा 'जितं मया' म्हणत यशस्वी संसाराचे श्रेय स्वत:कडे घेतो. परमेश्वरी कृपेने आर्थिक सुबत्ता लाभली असेल तर त्या व्यवहारी घोड्याची मान आणखीनच ताठ होते. भावनाधीन घोड्याने कधीच मान टाकलेली असते. समाजाने टाकलेले लगाम नेमून दिलेलं काम करतात आणि मग तोच समाज कौतुकाने सांगत असतो,'अमक्यातमक्याचं छान चाललं आहे. दाराशी गाडी आहे. मनमिळावू पत्नी आहे!'-वगैरे वगैरे. सतत हेच ऐकून ऐकून आपल्यालाही स्वत:चं छान चाललंय असं वाटतं. मी कधी बायकोला डायरेक्ट 'तुला कसं वाटतं?'-हे विचारायला गेलो नाही. चाणाक्ष असेल तर, माझ्या डोळ्यांत मधूनच डोकावणारं विमलचं प्रतिबिंब तिला दिसेल. सगळ्या भावगीतांत, विरहगीत गाताना माझे सूर जास्त रसरसून का उमटतात ह्याचं रहस्य ती विचारील. आजपर्यंत तिने तसं विचारलं नाही. ह्याचा अर्थ गाणं फक्त तिच्या कानावर पडतं.
मी तिच्या चेहऱ्यावरचे भाव मुद्दाम न्याहाळले नाहीत. रेडिओवरच्या नोकरीचा हा एक फायदा. समोरच्या मख्ख भिंतींना आपल्या व्यथा सांगायच्या असतात. ऐकणारा दिसत नाही. त्याने रेडिओ बंद केला तर कार्यक्रम करणाऱ्यांना ते कळत नाही. तरीसुद्धा शेवटी, 'आता आपण अमुक तमुक ऐकत होतात'- असं म्हणावं लागतंच.
काय हवं, काय सांगणार?
आपल्या व्यथेत प्रत्येकाला इंटरेस्ट आहे, असं प्रत्येकाला वाटतं.
मी शांत होतो.
पण भावनेचा घोडा, हा खरंच बुद्धिबळातल्या घोड्यासारखाच. सगळे अडथळे ओलांडून, अडीच घरात तो तुम्हाला अडवतोच.

कोणत्याही बाबतीत, पातळीवर पत्नीकडून प्रतिसाद जर मिळाला नाहीतर 'ओन्ली विमल' अडीच घरात गाठायची. खरंच, कधीकधी वाटायचं-स्त्रिला प्रियकर नसावा आणि पुरुषाला प्रेयसी भेटू नये. ही माणसं कविता जशी हातातून निसटते तशी निसटतात. आणि त्याच वेळी वास्तवतेतही एक कविता दडलेली असते. तिच्या शोधापासूनही तुम्हाला पारखं करतात. वास्तवतेत विरून जाणाऱ्या सामान्यांचा मला हेवा वाटत होता. नवरा-बायकोच्या जोड्या परमेश्वर जमवतो आणि ते अत्यंत योग्य असतं, ह्यावर नितांत श्रद्धा ठेवून जी माणसं संसाराला लागतात त्यांना 'नंदनवन' वगैरे कसं असेल, ह्या प्रश्नाचं कुतूहल वाटत नाही.

कुतूहल, जिज्ञासा म्हटलं की, त्या दिशेला प्रवास आला.

प्रवास म्हटलं की कष्ट आले. ही यातायात नको असेल तर श्रद्धा ठेवणं सोपं. तरीसुद्धा वासुदेवजवळ असं काय होतं, ज्यायोगे त्याला विमल मिळावी? प्रेयसीचा नवरा आपल्यापेक्षा सगळ्या बाबतीत दुय्यम असेल तर त्याच्या भाग्याचा हेवा वाटतो. प्रेयसीची कीव येते. प्रेयसीनेच असा नर्मद्या निवडला असेल तर आपल्या पौरुषत्वाचा तो अपमान वाटतो. आणि तो जर आपल्यापेक्षा सर्वार्थाने श्रेष्ठ असेल तर स्वत:चा संताप येतो.

प्रेयसीचा नवरा हे एक जगातलं वेगळंच त्रांगडं आहे. तो कसाही असला तरी आपल्यापेक्षा सुपिरीअर होऊच शकत नाही. त्याच्या कोणत्याही गोष्टीवर, स्थितीवर, वागण्याबोलण्यावर आपल्याजवळ एक आरोपपत्रक असतं.

तो जर विलक्षण मनमोकळा असेल तर आपण मनात म्हणतो,

'साल्या, मला अशी बायको मिळाली असती तर मीही असाच खिलाडू वृत्तीने वावरलो असतो.'

तो घमेंडखोर असेल तर आपण सांगतो,

'फुक्कट रुबाब नको. ही अशी मुलगी तुला केवळ नशिबाने मिळाली.'

तो धनाढ्य असेल तर आपलं तटस्थ स्टेटमेंट,

'हे सामर्थ्य तुझं नाही. ही लक्ष्मीची किमया.'

अहंकार माणसाचा घात करीत असेल तो इतर प्रांतात. पण प्रेयसीच्या नवऱ्याचं अस्तित्व मान्य करण्यासाठी अहंकारासारखा आधार नाही. सत्य हे सत्यच असतं तरीही साहेबाच्या भाषेत त्याला 'नेकेड ट्रूथ' म्हणतात. त्याप्रमाणे अहंकार हा अहंकार. पण प्रेयसीचा नवरा ह्या विषयापुरता त्याला 'नेकेड इगो' का म्हणू नये?

विमलकडे मी सहा-सात वर्षांनी गेलो. त्याला कारण तिचं पत्र. कोणत्या तरी

संस्थेला तिने माझ्या वतीने शब्द दिला म्हणून. तिने पत्रात लिहिलं होतं, 'तुमच्या वतीने हा असा शब्द देण्याचा अधिकार मला पोहोचतो की नाही, ह्याची मला कल्पना नाही आणि तरी मी शब्द दिला आहे.'
पत्राची घडी घालताना मी म्हणालो,
'काही अधिकारांची देवाणघेवाण कधी होते, हे देणाऱ्याला आणि घेणाऱ्याला, दोघांनाही कळत नाही.'

दार वासुदेवनेच उघडलं. मागे विमल. वसंत बापटांची 'सुपारी' छळून गेली. वासुदेवने, 'आलास का...ये' असं एकेरी स्वागत केलं. मी अर्थातच लक्ष दिलं नाही. फाइव्ह स्टार हॉटेलात, थेट फाटकापर्यंत हॉटेलची माणसं सलाम करीत उभी असतात. खुद्द तिथल्या भोजनप्रबंधानेच आपला खुर्दा केलेला असतो. प्रत्येकाला कोण 'टिप्' देणार? विमलला पटकावून वाशाने माझी चिल्लर केली होती. त्याची मुळीच दखल न घेता, मी विमलच्या हातात गुलाबाची फुलं ठेवली. हॅम्लेटप्रमाणे मनात म्हटलं,'फ्लॉवर्स टु फ्लॉवर्स?'
"पत्र मिळालं?"
"त्याशिवाय आलो का?"
निरर्थक पण आवश्यक संवाद.
असा संवाद असावाच लागतो, अर्थपूर्ण ट्रॅक सापडेपर्यंत. कारण अर्थहीन संवादाचा कंटाळा येऊन गाडी आशयाकडे वळतेच वळते.
"पाणी घेणार?" आणखी एक निरर्थक प्रश्न.
अशा वेळी पाणी नको असलं तरी 'हो' म्हणावं. पाणी ही उसंत आहे. आणणाऱ्यासाठी आणि पिणाऱ्यासाठीही. पुढचा संवाद जुळविण्यासाठी अवधी आवश्यक. आणि प्रेयसीच्या कुटुंबात जायचंच म्हटलं की सतत अवधी हवा असतो.
प्रेयसीची संतती हा एक हुकमी अवधी. त्यांची नावं विचारणं, कुणासारखी दिसतात ह्याचे शोध लावणं, अभ्यासाची अनावश्यक चौकशी करणं हे सगळे फालतू संकेत. ह्यापैकी काहीही जमलं नाहीतर एक भंपक उद्योग म्हणजे प्रेयसीचा लग्नाचा अल्बम बघायला मागणं.

निघालो तेव्हा विमलने विचारलं,
"मग कार्यक्रम नक्की म्हणून सांगू?"
"प्रश्नच नाही."
"मग आता पुन्हा भेट?"

हे आता अति झालं. थोडा अधिकार गाजवत मी म्हणालो, "मला इथूनच कटवणार का?"
"मग काय करू?"
"रिक्षा स्टँडपर्यंत चल की!"
"मला भीती वाटते."
"कसली?"
"ट्रॅफिकची रे! काय ट्रॅफिक वाढलाय हल्ली."
"ह्याच पुण्यात तू जन्माला आलीस ना?"
"तरी भीती वाटते. मी एकटी कुठेच जात नाही."
"मी आहे ना!"
"ते जाताना. तुम्ही भरकन् जाल रिक्षातून. येताना मी काय करू?"
"त्याच रिक्षाने पुन्हा तुला दारात सोडतो."
तरी ती गप्प. नाइलाजाने म्हणालो,
"तुम्ही दोघं चला."
वाशा गप्प. मी निघालो.
माझं डोकं सणकलंच होतं. विमल वासुदेवची हे मान्यच. पण ह्याचा अर्थ अन्य कुणाला अस्तित्वही नाही? एक तास वासू-वासू ऐकून कान किटून गेले. एखादं गाणं जसं डोकं कुजवतं, तसं झालं होतं आणि असं एखादं पोपटाचं किंवा 'ओये' करणारं एखादं तरी गाणं दर गणपतीला उपटतंच. संगीत जनताभिमुख करायचं म्हणजे किती? ऐपत आणि सवलती वाढत गेल्या की प्रतिभेची वाढ नाही झाली तरी चालतं.
फडतूस गाण्यांचा जास्तीत जास्त फडतूसपणा कुठला? तर शेवटी, 'कोणतंच गाणं नको' असं ती वाटायला लावतात. आवाजच सुरांचा वैरी होईल हे लाऊडस्पीकरपासून पोराटोरांच्या हातात जाईल अशा वाद्यांचा शोध लावणाऱ्यांना वाटलं नसेल. 'वासू... वासुदेवा' ऐकून-ऐकून मला विमलच नकोशी वाटायला लागली. केव्हातरी एका कवीने चार ओळी ऐकवल्या होत्या. त्या ओळी आठवत मी विमलकडे आलो होतो.

> विसरलीही असशिल तू तेव्हाचे
> जे काही घडले
> हलाहल धुंद जगाचे
> मी पचवीन बेलाशकही
> आठवूनही असशिल झुरत
> पुन:स्थित तेथेही

घेताना श्रमतिल वृत्ती
सुख साधे नेहमीचेही.

विमलने पूर्वीची एक जरी हकीकत सांगितली असती तरी मी धाग्याला लटकत राहिलो असतो. 'शंभर धागे दु:खाचे' विरून गेले असते.

वासूत हिने काय पाहिलं, हा प्रश्नही आता डिपॉझिट हरवून बसलेला होता. अहंकाराच्या जोरावरच प्रेयसीचा नवरा खपवून घेता येतो. पण कधी? 'एक धागा सुखाचा' प्रेयसीने सांभाळला असेल तर. प्रेयसी जर नवऱ्यात हरवून गेली असेल, तर आपला अहंकार आपल्यालाच जगणं मुश्कील करतो.

अहंकार यूसलेसच.

पेटलेल्या घरातच तुम्हाला तो राहण्याची सक्ती करतो.

वासुदेव कार्यक्रमाला आला हे अघटित. तो आवर्जून भेटला हे नवलच आणि त्याने विमलसाठी आमंत्रण करावं हे तर अतर्क्यच आणि त्याहीपेक्षा अनाकलनीय. म्हणजे मी त्याच्या घरी गेलो तेव्हा तो,'बस रे शांतपणे' असं म्हणत सरळ बाहेर निघून गेला. मी आणि विमल समोरासमोर. मी स्वत:वर ताबा ठेवला होता. मी विमलला विसरू शकतो हे मला दर्शवायचं होतं. अर्थात तिने तसं विचारलं तर. मी तिला विसरलो हेही तिला नगण्य वाटत असेल, तर प्रश्नच नाही. मग निरर्थक चौकशा असतातच.

'तू खराब झालीस' किंवा 'संसार मानवला' ह्या तऱ्हेचे कॉमेंट्स फारच सब्जेक्टिव्ह असतात. शिंप्याची टेपच तुमच्या शरीराकडे 'ऑब्जेक्टिव्हली' पाहू शकते.

"इकडे फिरकायचं नाही, असं ठरवलं होतं का?" विमलने अचानक विचारलं.

"काय कारण?" माझा उत्तर टाळणारा प्रश्न.

"कारण असलंच तर तुम्हाला माहीत."

मी गप्पच.

"बोला ना!"

"काय बोलणार! काहीच ठरवलेलं नसतं आणि नाही."

"किती दिवसांनी आलात माहीत आहे?"

"काही ठरवलं असतं तर किती दिवसांनी आलो हेही सांगता आलं असतं."

"आलात कसे, सांगाल?"

"वासू कार्यक्रमाला आला होता. त्याने बोलावलं म्हणून आलो. तो आत येऊन भेटला. तुम्ही आला नाहीत."

"वासू? वासू कार्यक्रमाला आला होता? अशक्य!" ती जवळजवळ

ओरडलीच.
"तुम्ही नव्हता आलात?"
"मग भेटल्याशिवाय राहिले असते का?"
"तो एकटाच आला होता?"
"कार्यक्रमाला गेला असेल असं आता वाटत नाही. त्या दिवशी अर्ध्या तासात येतो म्हणाला."
"फक्त आमंत्रण द्यायला आला होता?"
"मला काहीच माहीत नाही." विमलचं आश्चर्य अजून ओसरलं नव्हतं.
"ह्याचा अर्थ तुम्ही मला बोलावलं नव्हतंत."
विमलने सरळसरळ तिचे टपोरे डोळे माझ्यावर रोखले. मग तिने खाली पाहिलं. कबुलीजबाब द्यावा तशा स्वरात ती म्हणाली,
"तुम्ही नेहमी माझ्याचजवळ असता."
मी उडालोच. स्वत:ला सावरत ती म्हणाली,
"वाक्य चुकलं. मी नेहमी तुमच्याजवळ असते."
मी सटपटलो. भानावर येणं मुश्कील झालं. हवेहवेसे शब्द आणि वेळ ह्यांनी कायम लपंडाव खेळावा का?
"खरं वाटत नाही का?"
मी गप्पच होतो आणि एकाएकी ती बोलू लागली. आडपडदा न ठेवता. संकोच न करता.
"काहीही म्हणा, पण खरं वाटत नाही, इतकंच म्हणू नका. माझ्या आत्तापर्यंतच्या प्रतीक्षेची ती थट्टा होईल. मी जे सोसलं त्याचा उपहास होईल. ज्या क्षणापासून मी ह्या दिवसासाठी थांबले होते, त्या सगळ्या भूतकाळाचं हसं होईल."
"विमल..."
"मला आता मध्ये अडवू नका. पुन्हा हे सगळं बोलायचं धैर्य होणार नाही."
तिने प्रश्नार्थक पाहिलं.
"कोणत्या क्षणापासून ह्या दिवसाची वाट पाहिलीस, तो क्षण सांगशील?"
"बाबांना गाणं म्हणून दाखवलंत तो क्षण."
"हे इतक्या उशिरा..."
तिने अशा नजरेने पहिलं की माझे पुढचे शब्द मी बोलूच शकलो नाही. ह्या क्षणीही लाल, नारिंगी, केशरी रंगांत तिची कांती न्हाऊन निघाली. पण चटके मात्र मला बसायला लागले.
"तुम्ही भावगीतं फक्त गाता, जगत नाही."

“विमल...”

“माझ्याकडे तेव्हा नीट पाहिलं असतंत तर त्याच क्षणी तुम्हाला सगळं समजलं असतं. तुमचा प्रत्येक स्वर न् स्वर मी तेव्हा सर्वांगावर झेलत होते. तुमच्या गाण्याची दुलई मी पांघरली होती. तुमच्या स्वरांचा मला स्पर्श होत होता. त्या दिवसापासून तुम्ही मला झपाटून टाकलंत. मी सर्वत्र वावरत होते ते तुमच्या गाण्याचं कवच बाळगून. पण तुमच्या ते गावीही नव्हतं.”

“लग्नाची घाई का केलीस?”

“घाई मला झाली होती असं वाटतं तुम्हाला?”

“नसेल. पण केलंस तेही वासूशी?”

“अठरा वर्षांच्या मुलीला काय अक्कल असते सांगाल? तरी धाडस केलं. पत्र पाठवलं. प्रतिसाद मिळाला नाही. गप्प बसले.”

“पत्र?”

“चांगलं रजिस्टर.”

“कुणाला?”

“तुमच्याजवळ बोलतेय, म्हणजे आणखीन कुणाला पाठवलं असेल?”

“विमल...”

“सांगा, गप्प का राहिलात?”

“गप्प राहीन हे कसं शक्य होतं? पत्र मिळायला हवं ना!”

“खरंच मिळालं नाही?”

“तानपुऱ्याची शप्पथ!”

ती गप्प बसली. लख्ख प्रकाश पडून मी विचारलं,“पत्र तू स्वत: पोस्टात टाकलंस?”

तिने नकारार्थी मान हलवली.

“वासूकडे दिलंस?”

ती ‘हो’ म्हणाली.

“मग बरोबर. त्याने पत्र टाकलं नसणार.”

“तो अगदी बावळट आहे. पडेल ते काम करायचा.”

“बावळट माणसांनाही स्वार्थ समजतो.”

“पण...”

“आणि मत्सरही करता येतो. चेहऱ्यावर कोणताही भाव न दाखवणारी माणसं जास्तीत जास्त डेंजरस असतात.”

“वासू तसा नाही.”

“संथ पाणी म्हणजे शांत पाणी नव्हे.”

"वासूबद्दल मला वेगळी कल्पनाच करता येत नाही."
"तेच त्याने कमावलेलं सामर्थ्य."
मोजून पाच मिनिटं आम्ही दोघं गप्प होतो.
"तुम्हाला मी आवडले होते?"
मी एकेक शब्द उच्चारत म्हणालो,
"माझं आत्तापर्यंतचं प्रत्येक गाणं मी फक्त तुझ्यासाठीच म्हणत आलो. प्रत्येक नवी चाल मी तुलाच शिकवली. जाहीर कार्यक्रम तर सोडच, माझं मनातलं गुणगुणणंसुद्धा तुझ्यासाठीच असतं."

त्यानंतर आठ दिवसांनी मी विमलकडे आपण होऊन गेलो. वासुदेवच्या आमंत्रणाने आणि विमलच्या स्वागताने मला आता 'मल्टिपल व्हिसा' मिळाला होता. गंमत म्हणजे मी तिच्या घरात पाऊल ठेवताच वासू 'हा आलोच' असं म्हणत बाहेर पडला. इतकंच नव्हे तर जाताना त्याच्या मोठ्या मुलालाही बरोबर घेऊन गेला. विमलने तो गेल्या-गेल्या माझ्यावर ॲटॅकच केला,
"तुम्ही माझं काय करायचं ठरवलं आहे?"
ती जवळ येऊन उभी राहिली. तिच्या दोन्ही खांद्यांवर हात ठेवत मी विचारलं,
"काय झालं?"
"माझं आता कुठेही लक्ष लागत नाही. मी वेड्यासारखी तास न् तास तुमची गाणी ऐकत राहते. डोक्यातला सूर जातच नाही."
मी तिला सोफासेटवर माझ्याशेजारी बसवून घेतलं. तिने माझ्या खांद्यावर मान टेकली. आयुष्यात सगळं मिळालं असं म्हणताना, काय मिळालं नव्हतं ते आता समजलं. विमलला ह्या क्षणी काय वाटतंय ह्याचा विचार करण्याअगोदर मी माझ्याच मनाचा थांग शोधायला लागलो. स्वत:च्याच संवेदनांची जात गवसेना. जे हवंहवंसं वाटत होतं ते आत्ता इथं बाहुपाशात होतं. मला स्त्रीस्पर्श नवा होता का?
ताकद स्पर्शाची असते का आपल्याच मनात जी अनिवार ओढ असते, तिचं हे सामर्थ्य?
जादू शरीरातच असते की नावात? चार सामान्य माणसांनी टाळ्या वाजवल्यानंतर जे वाटतं त्यापेक्षा दुसऱ्या गायकाने पसंतीची थाप मारली तर काहीतरी वेगळं वाटतं. श्रोत्यांमध्ये एखादी जरी संगीताच्या प्रांतातील नावाजलेली व्यक्ती आढळली तरी घर गाठताच आपण ते अपूर्वाईने पत्नीला सांगत असतो.
का?

नावाची महती.

फक्त नावाचीच महती असते का?-असं मुळीच म्हणता येणार नाही. चार सर्वसामान्य श्रोते प्रेमाने येतात. भक्तीने ऐकतात. विभूतिपूजाही त्यात डोकावत असते. अशी माणसं फक्त समोर चाललेली मैफलच ऐकत असतात. पण ज्या व्यक्तीने संगीताचा व्यासंग केला आहे त्याला स्वरास्वरामागील रियाज ऐकू येत असतो. तो कदाचित मैफल ऐकतच नसतो, तो मागची तपश्चर्या पाहत असतो. एकेक सूर सिद्ध करण्यामागची यातायात आठवत असतो. स्वत:च्या साधनेची तो समोरच्या कलावंताच्या अभ्यासाशी तुलना करीत असतो. साम्य शोधत असतो. स्वरांच्या प्रवासाची सगळी वळणं त्याला तानेतानेतून दिसतात. वरच्या सप्तकातले सूर लावताना जो दीर्घ श्वास घ्यावा लागतो, ती स्पंदनं जाणकार प्रेक्षकाला कळत असतात. त्याचा प्रतिसाद म्हणूनच वेगळं चैतन्य देतो, कौतुक कुणी केलं ह्याला महत्त्व प्राप्त होतं. तसंच प्रेमाचं आणि स्पर्शाचं असावं.

कातडीचा स्पर्श, शरीराचा स्पर्श दुसऱ्या शरीरासारखाच असतो. नवं काही असेल तर त्या स्पर्शामागे ताटकळलेली अनेक अनेक वर्षांची प्रतीक्षा, त्यातून उफाळलेला आवेग, उत्कटतेचं तोरण आणि व्यक्तीचं नावही.

तो स्पर्श प्रतीक्षेला असतो. प्रतीक्षेशिवाय उत्कटतेला धार येत नाही.

येस्. ओन्ली विमल.

आणि का कुणास ठाऊक, एकाएकी वाटलं मी कोण? चार सामान्य माणसांसारखाच मी एक. चार गाणी चांगली म्हणतो इतकंच. त्याहीपेक्षा समाजाला ते गाणं त्याचं वाटलं, हे महत्त्वाचं. माझा आवाज त्यांना मानवला. माझा आवाज म्हणजे कुणाचा?

गळा जेव्हा साथ देत नाही आणि मानवी उपाय तोकडे पडतात तेव्हा कळतं,'आवाज कोणाचा' ते. त्या लोकांना भुलवणाऱ्या आवाजाचा धनी मी नाही. आवाज काढून घेतला तर मी एक चारचौघांसारखाच. मग ह्या सौंदर्याला स्पर्श करण्याचा मला काय अधिकार? 'पुरुष ही परमेश्वराची कीर्ती आहे तर स्त्री ही प्रत्यक्ष मूर्ती' असं खांडेकरांनी म्हटल्यासारखं आठवतं. आपला आवाज कधी असतो, कधी नसतो. मग हिला स्पर्श करायचा आपल्याला काय हक्क? तिच्या हनुवटीला स्पर्श करीत मी म्हणालो,

"तू माझी देवता आहेस."

तिने ओठ पुढे केले. त्या प्राजक्ताच्या पाकळ्यांवर मी हळुवार झुकलो.

"आपण इथंच थांबायचं आहे."

"मला तुझ्याकडून आणखी काही नकोय. मी एक सामान्यच गायक आहे."

निषेधपूर्वक मान हलवत ती म्हणाली,
"तू खूप निराळा आहेस. चार सामान्य गायकांपेक्षा उंच. तुला स्वत:ला ते समजायचं नाही."
माझ्यातला भक्त, वरच्या शक्तीला, त्याच्या आवाजाला मानणारा भाविक एकाएकी तळाशी गेला आणि अहंकारी कलावंत, स्वत:चं वेगळेपण जाणून घेण्यासाठी काठावर आला. ती सांगू लागली,
"माझ्या मते कवीने रचलेलं गीत साक्षात् परमेश्वराची मूर्ती असते आणि संगीतकार देव्हाऱ्यासारखा असतो."
इतकं बोलून ती थांबली. मी 'गाणाऱ्या कलावंताचं काय?-हे विचारणार हे जाणून ती म्हणाली,
"गायक निरांजनासारखा हवा. त्याच्या प्रकाशाशिवाय देव आणि देव्हारा दिसणार नाही."
"गायकाने जळायचं?"
"जो जातिवंत आहे त्याने जळायलाच हवं. शोभिवंत आहे तो चंदनाच्या हारासारखा. कायम तसाच. अशा गायकाचा पहिला आणि पाचशेवा, हजारावा कार्यक्रम सारखाच असतो. हृदय पेटवून देणारे गायक किती?"
मी गप्प होतो. पण दुसऱ्याच क्षणी मी विचारलं,
"गायकाने संपूनच जायचं का?"
ती शांतपणे म्हणाली,
"जातिवंत गायकाला फिनिक्स पक्ष्याप्रमाणे जिवंत करायचं सामर्थ्य रसिकांच्या टाळ्यांत असतं."
मी अवाक् झालो. तिला जवळ ओढून घेतलं. तीही आवेगाने कोसळली. एकमेकांना सावरता-सावरता दोघांनाही अतीव ताण पडला. शर्टच्या बटणांशी चाळा करीत ती म्हणाली,"माझ्या व्याख्येप्रमाणे फक्त सुधीर फडकेच तसं गातात. तुम्हीही गाता. पण तुमच्यात आणि बाबूजींच्यात एकोणतीस हजार फुटांचं अंतर आहे."
"मान्य. एकदम मान्य. पण एकोणतीस हा कोणता आकडा?"
"एव्हरेस्टची उंची तेवढी आहे म्हणतात ना? बाबूजी तिथं आहेत. त्यांच्यानंतर तू. पण मध्ये इतकं अंतर. माझे हात तिथपर्यंत पोहोचणार नाहीत."
"हे छान आहे. मला मिठीत घ्यायचं आणि सांगायचं काय, तर तू पायथ्याशी आहेस."
"बरोबर!"
दोघंही न बोलता पाच मिनिटं एकमेकांच्या मिठीत होतो.

“विमल, एक विचारू?”
“हं...”
“वासू नवरा म्हणून कसा आहे?”
“तो बॉडीगार्ड आहे. रोबॉट कसा असतो? तसा आहे तो.”
“म्हणजे?”
“रोबॉट कधी फुलांचा सुगंध घेतो का? पुस्तकं वाचतो? त्याला मित्र असतात? चव असते? तो खळाळून हसतो? नाटक, सिनेमा, गप्पा... असं काही असतं?”
मी सुस्कारा सोडला.
“पण तो निर्बुद्ध नाही. त्याला अधिकार समजतात. तो कमालीचा पझेसिव्ह आहे. तो भित्रा आहे. तो मला घाबरत असावा. तो मला जपतो ते प्रेमापोटी नाही. तो भित्रा आहे म्हणून जपतो.”
माझा चेहरा बदलला. घशाशी येऊ पाहणारा हुंदका मी दाबला.
“काय झालं?”
“तू संसार कसा केलास ह्याचा विचार करतोय.”
“मला वाईटातून चांगलं शोधायची सवय झाली. तशी मी करून घेतली. वासुदेवजवळ हेवादावा नाही. स्पर्धा नसल्यामुळे मत्सर नाही. महत्त्वाकांक्षा नाही म्हणून तडफड नाही. स्वप्नं नाहीत म्हणून फ्रस्ट्रेशन नाही. अन्य व्यवधानं नाहीत म्हणून कर्तव्यदक्ष आहे. डोळ्यांवर झापडं आहेत म्हणून घरापलीकडे विश्व नाही. आजतागायत एकदासुद्धा भांडण नाही.”
“रिअली?”
“डिमांड्सच नाहीत कसल्या, मग संघर्ष कसा होणार? इतर संसारांतून हमखास काही विषयांवर संघर्ष ठरलेले असतात. त्या सगळ्यापासून हे घर मुक्त आहे. काय वाईट आहे?”
“मला वासूशी काही कर्तव्य नाही. तुला स्वत:कडे काय आहे हे माहीत नव्हतं?”
“म्हणजे?”
“प्रत्येक मुलीला आपल्या सौंदर्याची जाणीव असते. आजूबाजूची माणसंच तिला तिच्या सौंदर्याची ओळख करून देतात. बघणाऱ्यांच्या नजरा आरशाहून बोलक्या असतात. आम्ही सगळे तुझ्यासाठी मरत होतो. आमच्यापैकी कोणीच तुला आवडला नसेल. पण ऑफ ऑल द पीपल, वासू?”
“माझा जन्मच झाला नव्हता तेव्हा अक्षता पडल्या, मग काय करायचं? तुम्हाला पत्र पाठवतानाही लग्न, संसार, नवरा-बायकोचं नातं आणि...”

“बोल!”
“स्पष्ट बोलू?”
“ऑफकोर्स!”
“सेक्स म्हणजे तरी काय... काही काही माहीत नव्हतं. जन्मच झाला नव्हता.”
मी कोड्यात पडलो. माझा हात हातात घेऊन त्याच्यावर गाल टेकत विमल म्हणाली, “जेव्हा अभिरुची म्हणजे काय हे समजायला लागतं तेव्हा माणसाचा जन्म होतो, असं मी मानते. माणसाच्या उरलेल्या सगळ्या गरजा, जनावरासारख्याच असतात. अभिरुची असली की तडफड सुरू.”
“मी काय करू शकतो?”
“काय करणार? बघत राहायचं, ॲक्सेप्ट करायचं. माझा एकटीचाच संसार जगावेगळा आहे, असं थोडंच आहे? समाजातल्या असंख्य पुरुषांनी आणि स्त्रियांनी स्वत:च्या संसारात आपण अस्वस्थ का आहोत ते शोधावं, नेमकं कारण त्यांना सापडणार नाही. माझ्या मते माझा शोध योग्य आहे. आधी साथीदार भेटतो, अभिरुचीचाच शोध नंतर लागतो.”
“पण विमल, मी तुझ्या बाबांना गाणं ऐकवलं तेव्हाच...”
“ते सगळं छान छान वाटणं होतं. स्वत:च्या जाणिवांचा मागोवा खूप गांभीर्याने घ्यायचं ते वय होतं का? बाबा अचानक गेले. त्या धक्क्यातून बाहेर येणं मुश्कील होतं. वासूची अवस्था बघवत नव्हती. तो घर सोडून निघून गेला. कुठे गेला होता ते त्याने अद्यापि मला सांगितलेलं नाही. वर्षाच्या आत लग्न करावं लागलं. मन मेलेल्या परिस्थितीत काय सांगू?”
“तू आत्ता इतकं छान सुसंगत सांगतेस. मग ही विचारशक्ती त्या काळात कुठे होती?”
“घटना आणि विश्लेषण एकाच वेळी घडत नाही.”
ह्या गप्पा केव्हातरी संपणार होत्या. गप्पा संपल्या नाहीत तरी वेळ संपतो. ओढ टिकवायची असेल किंवा टिकत असेल तर हेच व्हायला हवं. वेळच संपायला हवी. दाराच्या चौकटीत उभं राहून मी विचारलं,
“जाऊ?”
“रागावलात?”
“का?”
“मर्यादा पाळायला लावली म्हणून?”
“मुळीच नाही. तुला माझ्याबद्दल काहीतरी वाटलं, हा माझा गौरव मला पुरेसा आहे. मन शांत झालं. आता सुखाने मरणाचा स्वीकार...”
तिने माझ्या ओठांवर हात ठेवला.

"मी इतक्यात मरेन असं मला वाटत नाही. तरीही असं वाटतं, काही काही अपुऱ्या इच्छा पूर्ण व्हायला लागल्या की समजावं, मैफल संपत आली आहे. तुझी भेट सत्यनारायणाच्या प्रसादासारखी आहे. प्रसाद प्रसादाइतकाच सेवन करायचा असतो. घरात जाऊन पातेलं फस्त करायचं नसतं. कुणालाही सांगता येणार नाही, असा तू माझा केलेला हा सत्कार आहे."

मी बाहेर पडलो. जितका सुखावलो होतो तितका अंतर्मुख झालो होतो. हे काय घडलं? जे घडावं असं वाटत होतं, घडेल का, ह्याचा पुष्कळदा विचार करीत होतो, ते घडलं होतं. तरी मी बेचैन होतो. परंपरेने मनावर कोरलेले संस्कार सांगायला लागले, 'विमल कोण?–परस्त्री.'

स्पर्शाचं नातं वर्तमानाशीच. मागे छळण्यासाठी रेंगाळतात ते संस्कार.

मिलनाची सक्ती नव्हती तसंच मर्यादेतच राहायचं असा दंडकही नव्हता. दोन्ही बाबतीत, दोघांचं एकमत होतं ह्याचा आधार होता.

तरीसुद्धा ही ओढ का? त्या स्पर्शाची मातब्बरी का?

प्रतीक्षा हे एकच कारण.

संसारातला नवरा-बायकोचा चार्म का जातो? तर तिथं प्रतीक्षा ही अवस्थाच नसते. एकमेकांना गृहीत धरलं जातं. सुख हाताशी असतं म्हणूनच हातातून निसटतं. संसारातील उदासीनता ही निव्वळ अभिरुचीवर अवलंबून नाही, प्रतीक्षेची अनुपस्थिती हेही कारण.

विचार करता-करता पाय अकस्मात एका जागी चिकटले. वाड्याच्या बाहेरच्या चौकात, दगडी कट्ट्यावर झाडाच्या सावलीत वासू आपल्या मुलाशी पत्ते खेळत बसला होता.

"वाशा, तू इथं?"

उत्तर न देता त्याने मुलाला पत्त्यांसकट पिटाळलं. तो उभा राहिला. जवळ जात मी तोच प्रश्न विचारला. तो मख्ख चेहऱ्याने म्हणाला,

"तुमच्याचसाठी."

"व्हॉट यू मीन बाय दॅट?"

"मी इथंच बसतो तू आलास की!"

"कारण?"

"तुम्हाला मोकळं वाटावं म्हणून."

"वाशा..."

"छोड दो यार! चल बाहेर. मस्तपैकी चहा घेऊ. तुमचा चहा झाला नसेल, नुसत्या गप्पाच झाल्या असतील."

आम्ही हॉटेलात गेलो. वासूने ऑर्डर दिली.

"आता बोल."
"काय कपाळ बोलू?"
"तुझे कार्यक्रम काय म्हणताहेत?"
"ते गेले जहन्नममध्ये! तू तुझ्याबद्दल बोल."
"काय बोलू?"
"तू मुद्दामहून बाहेर जातोस, त्याचं स्पष्टीकरण."
"माझा 'व्यत्यय' नको म्हणून."
डायरेक्ट हल्ला करायचा म्हणून मी विचारलं,
"ही अक्कल तुला कॉलेजात असताना नव्हती का?"
"पास व्हायला इतकी वर्षं घेतली असती का? आपल्याला प्रत्येक प्रांतातला स्वत:चा वकूब माहीत होता."
"प्रत्येक म्हणजे?"
"भावनाशून्य चेहरा..."
"कोण म्हणतं?" मी उगाचच विचारलं. समोरचा माणूस प्रांजल कबुलीजबाब द्यायला लागला की ती पेलायलाही ताकद लागते. आपण उगीचच मग ती व्यक्ती इतकी नगण्य नाही, असं भासवण्याचा प्रयत्न करतो.
"तुम्ही सगळे चोर तसं म्हणत होतात. कॉलेजातलं माझं टोपणनाव 'माठ' होतं, हे मी विसरलेलो नाही. आता चेहरा न टाकता ऐक. तर, आम्ही असे माठ. कोकणातलं बालपण. ज्या चेहऱ्यासकट जन्माला आलो तो खांद्यावर वागवला. घरीदारी दारिद्र्य. आश्चर्याने भुवई उंच करावी असं बघायलाच मिळालं नाही. बुद्धीच्या बाबतीत डोक्यात ब्लॅकआऊट. आम्ही फक्त सेवा करायला शिकलो. त्या एकमेव गुणामुळे बाबांनी इकडे आणलं. इथल्या शहरी झगमगाटात धुमारे फुटायचे. पण आम्ही बुजलो. जास्त कोमेजून गेलो. मैत्रीपेक्षा आपला 'फिरक्या' घेण्यासाठी जास्त वापर होतोय म्हटल्यावर एकलकोंडा झालो. घरात रमायला लागलो. रमायचं म्हणजे सपाटून काम करायचं. कानावर यायचं,'डोक्याने जड आहे, पण कामसू आहे.' काय?"
"वाशा, तू नेमकेपणाने बोलतोयस. तुला 'जड डोक्याचा' कोण म्हणेल?"
"बोलतोय ते आत्ता. तेव्हा तसाच होतो. अरे लेको तुमची कस्टमवाल्यांची गँग जेव्हा विमलसाठी पागल झाली तेव्हा आम्हाला विमलचं सौंदर्य दिसलं."
"काय सांगतोस?"
"काश्मीरची महती काश्मीरबाहेर राहणाऱ्याला. मी तिला लेका लहानपणापासून बघतोय. तिची सगळी रूपं मी पाहतोय."
कल्पनेनेच माझ्या छातीत कळ आली. हातोडीचा फटका वादीवर न बसता

बोटावर बसावा तसा तो ठणका मस्तकात जाऊन फुटला आणि एक वेगळीच कल्पना येऊन मी विचारलं,

"बाबांनी तुझं तिच्याशी लग्न लहानपणापासूनच ठरवलं होतं का?"

"ते मला माहीत नाही. ही पोरगी गटवावी हे तुम्ही शिकवलंत. तिला गटवायला माझ्याजवळ काय होतं? फक्त सेवा करून मी त्यांना जळीस्थळी 'वासू' दिसेल असं केलं. बाबा अचानक गेले. मग मी मुद्दाम नाहीसा झालो. त्या दोघींची अडवणूक करायची म्हणून. सांत्वनाचं निमित्त करून कॉलेजातली माकडं दहा-दहा वेळा येऊन गेली. आई हैराण झाल्या. मी पंधरा दिवसांनी उगवलो. मायलेकी किती परेशान झाल्या ते पाहिलं. आईंना विमलला उजवायची घाई झालेली आणि पोरगी तर लांब पाठवायची नाही. मग आपला नंबर लागायला वेळ लागतोय काय? आपण घरजावई झालो. काय?"

मला हसायला आलं. आवरताच आलं नाही.

"हसतोस काय लेका?"

"घरजावई झालास त्याचं हसू आलं."

"साल्या, नातं बदललं म्हणून जावई म्हणायचं. नाहीतर मी मुलासारखाच. घरजावई म्हणजे सासूच्या ताटाखालचं मांजर, हे तुझ्या डोक्यात आलं त्याला हसलास ना?"

मी बोललो नाही.

"अधिकार गाजवणारी सासू लाभली तर ती घराबाहेरही राहून जावयाची नाकेबंदी करू शकते. आणि स्वत:चा खुळखुळा करून घेणाऱ्या पुरुषांना सासूच्या ताटापेक्षा बायकोची वाटीसुद्धा पुरेशी ठरते. पण आपला इथं रुबाब आहे. पैसा कमावून दाखवला की तमाम स्त्रीजातीचा आवाज बंद! क्काय?"

"किती मिळतो?"

"एका टायपिंग क्लासचे दोन झाले. आता फटाफट इंग्लिश, सटासट संस्कृत-मराठी आणि चटाचट गणिताचे वर्ग काढतोय."

"तू?"

"वर्ग काढण्यासाठी जागा लागते. बुद्धी लागत नाही. विद्वान पगारावर घेता येतात. प्रो.वासुदेव म्हणजे मी. 'प्रो.'ला कुणी हरकत घेतली तर प्रोफेसर न सांगता प्रोप्रायटर म्हणायचं."

"वाशा..."

"कावळ्याच्या छत्र्यांप्रमाणे पॉलिक्लिनिक काढणाऱ्यांत डॉक्टर किती सांगशील? पण तिथं एम.डी. आणि एम.एस. झालेले डॉक्टर्स गरीब गायीप्रमाणे येतात. क्लिनिकच्या मालकाची डिग्री कुणी चॅलेंज करतं का? मुख्यमंत्र्यांना उद्घाटनाला

बोलवायचं की झालं!"

"वासू..."

"मेडिकलचं शिक्षण आणि जमीन प्रचंड महाग करून, सुशिक्षितांना आधार देण्याचं पुण्य सरकारने माझ्यासारख्या 'माठ' लोकांना दिलं. क्काय?"

"बाबारे, आता ते कॉलेजचं सगळं विसर. काहीतरी वेगळं बोल."

"वेगळं म्हणजे विमलबद्दल ना? ऐक. ह्या विमलने लग्नानंतर माझी झोप उडवली होती. 'का' म्हणून विचार."

मी नुसतंच त्याच्याकडे पाहिलं.

"का? असं विचार ना?"

मी नाइलाजाने 'का?' असं विचारलं. माझी फिरकी घेत तो म्हणाला,"चांगला प्रश्न विचारलास."

मी चिडून म्हणालो,"सांग मग का ते?"

"अश्वमेधाचा घोडा धरणं सोपं. तो टिकवणं म्हणजे जीव घालवायचं काम. देखण्या बायकोचं तसंच असतं. देखण्या मुलीचा पाठलाग करणं सोपं. नशीब असेल तर ती मिळते. नंतर देखणी बायको सांभाळणं...भयानक! मला दिवसरात्र घोर. ही काही टिकणार नाही. आम्ही 'माठ' हे तिला माहीत."

"ते तर लग्नापूर्वी माहीत होतं."

"तेव्हाचं नातं वेगळं. आयुष्यातली सगळी नाती पॅरोलवरची असतात. फक्त लग्नालाच बेडी का म्हणतात? तिथं सुटका नाही म्हणून. संपूर्ण मोडतोड करूनच सुटावं लागतं. त्याला टरकलो होतो. कुणीतरी विमलला पळवणार, ह्या भीतीवर तोडगा मिळाला. उपाय न सापडायला मी काय बुद्धिवान आहे?"

मी शांत होतो. बेसूर गाणाऱ्या किंवा कणसूरा गाणाऱ्या गायकाच्या मैफलींना जाण्याची वेळ आली की सहनशक्ती आपोआप वाढते आणि आता तर 'माठ' समजल्या गेलेल्या माणसाने किती विचार केला आहे. तो चेहऱ्यावर भाव न दर्शवता, बातम्या सांगाव्यात तसं बोलू लागला.

"बुद्धिवान माणसं अहंकारी असतात. निर्लेप मनाने ती योजना आखत नाहीत. त्यांना पराभवाची दहशत वाटते. निर्णय चुकले तर बुद्धीची शंका घेतील म्हणून ते कासावीस होतात. विचार करण्यात ती जेवढा वेळ घालवतात, तेवढ्या काळात आमची कृती होऊन जाते. हा 'माठ' माणूस काय करणार आहे, असं म्हणत बाकीची माणसं बेसावध असतात. त्या अवधीचा आम्हाला फायदा मिळतो. चाचणी चुकली तर आम्ही केलेला प्रयोग कुणाच्या ध्यानीही येत नाही. विमलच्या बाबतीत आम्ही चाचणी घेत राहिलो. प्रयोग एकदम यशस्वी."

"काय केलंस?"

"सेवेचा लढा तीव्र केला. सगळी कामं स्वत:कडे घेतली. ती कामं करताना,'तुला जमणार नाही, मी असताना तू का धावपळ करतेस' हा मंत्र जारी होता. तिला टोटली परस्वाधीन करून सोडलं. तिच्यातला कॉन्फिडन्स पूर्णपणे घालवला. ती कालांतराने घराबाहेर पडेनाशी झाली. ते तुला माहीत आहे. क्काय?"

"लक्षात आहे."

"त्यानंतर मी निश्चिंत झालो. आता 'धोका' टळला. क्काय?"

"बरोबर."

"आणखी काय सांगू?"

"मला आग्रहाने आणि तेही विमलचं नाव सांगून तू आमंत्रण का दिलंस?"

"विमलसाठी."

"सविस्तर बोल."

वासू गप्प झाला. प्रथमच त्याच्या चेहऱ्यावरच्या रेषा हलू शकतात हे जाणवलं. तो संथपणे म्हणाला,

"विमलसाठीच मी तुला बोलावलं. ती संसाराला कंटाळली आहे. तिला माझ्याकडून काही मिळत नाही. माझ्याजवळ पैसा भरपूर आहे. बाकी काही नाही."

"बाकी काय लागतं?"

"ते माझ्यापेक्षा विमल जास्त चांगलं सांगेल. मला काही त्यातलं कळत नाही. पैसा ही बलवंत शक्ती आहे. तिला दिशा हवी."

"म्हणजे?"

"सरस्वती. म्हणजे लेका बुद्धी हवी. त्याहीपेक्षा मन हवं. म्हणजे रसिकता. अभिरुची वगैरे वगैरे विमल बडबडत असते. थोडक्यात, आमच्याजवळ जे नाहीए, ते. पैसा मिळवताना डोकं हवं पण तो चांगला खर्च करायला बाकीचं लचांड लागतं. तू येत जा."

"मी येऊन काय करणार?"

"तिला बोलती कर. हसव. तिच्याजवळ खूप विचार आहेत. त्यांना वाट दे. तिला फुलव. खोटे वाद निर्माण कर. संगीत, साहित्य, काव्य सगळ्यांत तिला गती आहे. उणीव आहे संगतीची. मी मध्ये येणार नाही."

"वाशा, तू शुद्धीवर आहेस का?"

"मला अडवू नकोस. समजून घे. मी विमलचं प्रचंड नुकसान केलंय. मी तिचा बळी घेतला असं म्हणणार नाही. मी तिचं रक्षण केलंय. पण ते काही खरं नाही. कोकणात असताना मी फुलपाखरं पकडीत असे. त्यानंतर मी त्यांच्या

पंखांवरचा सोनेरी वर्ख बोटांनी पुसून घेत असे. तसं केलं की ते फुलपाखरू मरत नाही, पण त्याला उडताही येत नाही. मग ते शर्टाच्या कॉलरवर ठेवायचं आणि मिरवायचं. विमलचं मी तेच केलंय. तू येत जा.''

''मी सांगतो ते ऐकशील?''

''नाही. ती तुझी भक्ती नाही. तू तिचं सर्वस्व आहेस. ती तुझी गाणी जाता-येता ऐकते. मुलाला त्याचं सामर्थ्य पटवते. त्याला काही कळत नाही. तो माझाच मुलगा आहे. तू येत जा. तिची मानसिक, वैचारिक उपासमार झाली आहे. ती भूक भागव.''

''वाशा, तो विस्तवाशी खेळ ठरेल. विचारांची भूक भागवताना वेगळं काही घडू शकेल. दोन उत्कट जिवांना संधी देऊ नकोस. एकांत देऊ नकोस. तुझं मन खूप मोठं आहे. तुला आज मी खऱ्या अर्थाने ओळखायला लागलोय. तू मोठा आहेस. म्हणून स्पष्ट सांगतो, आमचा एकमेकांवर ताबा राहणार नाही.''

मी प्रथमच स्नेहभावाने वासूच्या खांद्यावर हात ठेवला. मख्ख, स्थितप्रज्ञ चेहऱ्याने त्याने माझा हात दूर लोटला आणि कोरड्या आवाजात तो म्हणाला,

''तू मला कधीच ओळखणार नाहीस. मी मोठा नाही. मी डॅंबीस आहे. तुला मोकळं रान देतोय असं समजू नकोस. तुला एकांताची भीती वाटतेय असं दाखवू नकोस. तुला तो हवाय. तसा तुला तो मिळत जाईल. पण त्याचा शून्य उपयोग आहे. ऐक, नीट ऐक. आणि ध्यानात ठेव. सेवा नाकारता येते. परावलंबित्व झुगारून देता येतं, पण मनाचा मोठेपणा झटकता येणं अशक्य असतं. विमल माझ्या मोठेपणाच्या भाराखाली दबून जाईल. ती मर्यादा सोडणार नाही आणि तुला सोडून देणार नाही. क्काय? तू येत राहा.''

मी गप्प राहिलो.

शब्द त्याचे होते.

प्रचिती माझी होती.

✣ ✣ ✣

तिशी

सासूबाई गेल्या. आत्ताच पाच मिनिटांपूर्वी. 'पाणी हवं' असं क्षीण आवाजात म्हणाल्या. मी उठले. फ्रीजपर्यंत जायला नऊ पावलं. समोरच पेला. तो अर्धा भरायला आठ सेकंद. पुन्हा नऊ पावलं पलंगापर्यंत. तोपर्यंत त्या गेलेल्या. डोळे फिरवलेले. तिथं माझा अर्धा स्वेटर. गुणिले चिन्हासारख्या सुया. ह्या विणकामावर सासूबाई कायम चिडलेल्या. अकारण. तिकडेच रागाने बघताहेत असं वाटलं. तोंड उघडं. एक घोट पाणी घातलं. ते बाहेर आलं. 'असं काय करता? घ्या ना!' असं म्हणाले. डोळे तसेच वटारलेले.

प्राण डोळ्यांतून गेला की तोंडातून?

शेवटचा घोट नशिबात नव्हता. माझ्याकडून उशीर झाला का?-कमालीची भेदरले. लेकी आणि सुना भेटल्याबरोबर सांगत बसतील,

'पाणी वेळेवर दिलं नाही.'

छे!

ह्या तर वारल्या.

ही शेवटची तक्रार होण्याची भीती नाही.

एकाएकी रडायलाच आलं.

शेजारची गुर्जरांची बेल दाराच्या उजव्या चौकटीवर आहे की डाव्या, दिसेचना. कडीचा आवाज ऐकून गुर्जरांनी दार उघडलं. आत्ताच आंघोळ केलेली. ओले केस पुसतच आले. माझा चेहरा पाहून त्यांनी विचारलं,

"कधी?"

"आत्ताच. पाच मिनिटं झाली."

ते फोनकडे वळले. कुणाला तरी म्हणाले,

"अरे, मी आज ऑफिसला उशिरा येतोय."

माझ्यामागोमाग गुर्जर. त्यांच्यामागे वत्सलाबाई. सासूबाई गेल्याबद्दल गुर्जरांची खात्री. त्यांनी सासूबाईंचं तोंड बंद केलं. डोळे तसेच वटारलेले. उघडे. विणकामाच्या सुयांकडे पाहत राहिलेले.

"समीर कुठे आहे?"

"बोटीवर."

"मग आता निरोप?"

"प्रयत्न करायचा, पण तसंच कधी घडलं तर माझ्यासाठी थांबू नका म्हणालेत."

गुर्जरांच्या हातात फोनची डायरी. सगळीकडे फोन. एकामागून एक. मजकूर तोच.

"हॅलो... सकाळी... आता. हो, हार्टफेलच. थांबणारोत. निघा."

मोठ्या जाऊबाई गळा काढण्यात पटाईत. आवाज मोठा. पण डोळ्यांत पाण्याचा टिपूस नाही.

मधल्या जाऊबाईंच्या डोळ्यांत एक अश्रू आलेला. पदर तोंडावर. डोळ्यांत मुश्किलीने आलेलं पाणी. जमलेल्या नातेवाईकांचं लक्ष जाईपर्यंत मधल्या जाऊबाई तो अश्रू पुसायला तयार नाहीत.

माझी नणंद श्यामा हुंदके आवरत आहे. तसं करताना तिची नजर माझ्याकडे. मला रडायला का येत नाही हा तिच्या मनात एकीकडे येणारा विचार. तो विचार नजरेत डोकावतोय.

विनायकभावजींचा स्वयंपाकघरात येऊन मला सरळ सरळ गुन्हा केल्याप्रमाणे प्रश्न,

"अगोदर कळवलं का नाहीत?"

"कधी कळवायचं?"

"काल रात्री."

"तुम्ही पार्टीला जाणार होतात ना?"

ते गप्प.

"आणि हार्टअॅटॅकने गेल्यावर करणार काय? कळवणार कसं?"

"शुद्धीवर होती?"

"पाणी आण म्हणाल्या. नेईपर्यंत गेलेल्या."

माझा आवाज दाटून आल्यासारखा. दुःख सासूबाईंचं आता ह्या क्षणी तरी नव्हतं. पण एक घोट पाणी घेण्याची उसंतही मिळू नये?-पंच्याऐंशी वर्षांचं आयुष्य देणाऱ्या नियतीजवळ, एक घोट पाणी प्यायला देण्याइतका अवधी नव्हता काय? स्वर्गातली कोणती कामं सासूबाईंशिवाय अडून पडली होती? स्वर्ग? ह्यांना स्वर्ग मिळणार?

मिळो!

देवादिकांचा अप्सरांबरोबर चालणारा खेळ ह्या डोळे वटारून बघायला लागल्या की कोणती अप्सरा नाचण्याबागडण्यात रममाण होते, बघूच.

फोन मिळालेली माणसं धावत येताहेत. त्या जिवंत असताना एकालाही यायला सवड नव्हती. तब्बल साडेपाच महिने घरात फक्त सासूबाई आणि मी. माझं विणकाम. त्यांची रोखलेली नजर. हे डोळे कायमचे मिटावेत असा विचार मात्र चुकून शिवला नाही. संपूर्ण एकांतापेक्षा, ज्याच्याशी संवाद नाही अशा व्यक्तीचं अस्तित्वसुद्धा आधार वाटतं. हा कसला विचित्र अनुभव?
डोळ्यांतून येणारं पाणी मी काठावरच अडवलं. समजूत घालण्याचं निमित्त साधून विनायकभावजी पाठीवरून हात फिरवण्याची संधी साधतील.
सासूबाईंचं प्रेत उचललं. जरा मोठ्या आवाजात मग रडारड. मला वेगळी काळजी. आमच्या अरुंद जिन्यातून प्रेत फिरवायचं कसं?
पहिला हार्टअॅटॅक आला तेव्हा ॲम्ब्युलन्सचं स्ट्रेचर फिरवताना माणसं घामाघूम झाली.
गोदरेजचं कपाट मागवलं तेव्हा तर दोन ठिकाणी आपटल्यामुळे रंगच उडाला.
छे! भलतेच विचार. भलत्या वेळी.

बेदम झोप येतेय. समोर मोठ्या आणि मधल्या जाऊबाई. लाजेकाजेस्तव सोबतीला थांबलेल्या. कालच्या पार्टीचं जागरण मोठ्या जाऊबाईंच्या डोळ्यांवर. शिवाय आजही रात्री पार्टी आहे. मधल्या जाऊबाईंकडे पाहुणे आहेत. असतीलही. कधीकधी त्या खरंही बोलतात.
मी दोघींसमोर उशा टाकल्या.
"तुम्ही पडा जरा. थकला आहात."
"घरी जाऊनच पडावं म्हणते. रात्री येईन."
मोठीच्या पाठोपाठ मधलीही उठली.
'इथंच जरा पडा', म्हणाले, तर दोघीही बाहेर पडल्या.
सुटले. खोट्या उमाळ्यांनी सगळ्यांनाच थकवा येतो.

गजर झाला. धडपडत उठले. किती वाजलेत? किती वेळ मी अशी झोपले? फक्त पंधरा मिनिटं झोपले?
अजून तो कर्कश्श गजर होतोय. उठवत नाही. गजर ऐकवत नाही. पण तो आपोआप थांबायचा नाही. किल्लीचं घड्याळ नाही. इलेक्ट्रॉनिक युगाचा शाप. सासूबाईंना गोळी द्यायची म्हणून हा गजर.
अरे हो, त्या गेल्या. आज सकाळीच नाही का?
गजर झाला की त्यांना गोळी द्यायची. पंधरा मिनिटांच्या आत काहीतरी

खायला द्यायचं.
तीन वर्षांच्या कालावधीत फक्त एकदा औषधाची वेळ विसरले. त्याच दिवशी समीर बोटीवरून आलेला. मातोश्री म्हणाल्या,
"औषधं काय, कधी देते-कधी देत नाही. औषधाची एक वेळ असते, पण सुनेचीही एक वेळ असते ना?"
मग समीरकडून उलटतपासणी.
आईच्या एका वाक्याने बायकोची तीस वर्षांची ओळख निकालात.
त्या रात्रीच्या एकांतात प्रथमच आई डोकावली.
"मी दुर्लक्ष करते असं तुम्हाला म्हणायचं आहे का?"
"वयाची ऐंशी उलटल्यावर आई खोटं बोलेल का?"
आरोपाच्या ह्या ज्वालेने वेढलेलं शरीर समीरच्या मिठीत.
मला त्या रात्री समीर भेटला नाही. त्याला मी भेटले का?
माहीत नाही.
दुसऱ्या दिवशी गजराच्या घड्याळाचं आगमन. तेव्हापासून ते वाजतंय. गोळी द्यायची. पाठोपाठ खायला.
त्यांना डायबेटिस होता.
पण रक्तातली साखर कधी जिभेवर आली नाही.

जिभेवर साखर नाही. नजरेत स्नेह नाही. त्यांनी मला आणि मी त्यांना प्रथम पाहिलं तेव्हाच त्या नजरेने जे सांगायचं ते सांगितलं. वाणीचा विलास कानावर आलाच. पण उशिरा. तो कानी यावा अशीच व्यवस्था होती.
समीरला एकापेक्षा एक सरस अशा बत्तीस मुली सांगून आल्या होत्या. मी तिसावी. मला पसंत केल्यावरही दोघी आल्या होत्या.
कितीतरी वर्षं झाली. बत्तीसच. पण पहिल्यापासून कुणाचाही स्वेटर असो. बत्तिसाव्या टाक्याला सुई थबकतेच. टाका उलट असो, सुलट असो. सुई थांबते.
पहिल्यांदा एकत्र आलो तेव्हा समीर म्हणाला,
"आपण दोघं असताना तुला नाव वेगळं हवं. दिवसभर हाका मारमारून, सगळ्यांनी वापरलेलं नाव मला नको. ते अगदी वेगळं हवं. फक्त माझ्यासाठी. तू जशी फक्त माझ्या एकट्याची, तसं ते नाव."
मी सांगितलं, "तिशी."
मनात म्हणाले, 'म्हणजे तिसावी?'
समीरने अर्थ विचारला. मी सांगितला नाही. त्याने गुदगुल्या केल्या. चुंबनं घेऊन हैराण केलं. शरीर घुसळून काढलं. मी गप्प राहिले. आजतागायत.

जे मला विसरायचं होतं, तेच नाव मी समीरला का सुचवलं? उत्तर मिळालं नाही. मी तिसावी. पहिल्या एकोणतीस मुलींना नकार दिलात तेव्हा मी तिथं होते का? त्याव्यतिरिक्त नंतर दोन आल्याच ना? म्हणजे तुलनेला वावर होता. पसंती-नापसंतीला पर्याय होता. मुलगा तुमच्या अर्ध्या वचनात. नजरेच्या धाकात. डोळे वटारणं तर सोडाच, अर्धे उघडले तरी तो नजरेला नजर देत नव्हता. मग हुकूम का केला नाहीत? 'तुला आवडेल ती कर' हे नसलेलं औदार्य का दाखवलंत?

"तुझ्याकडे किती वर्षं होत्या?"

मी भानावर. सांत्वनाप्रीत्यर्थ जमलेल्यांपैकी एकीचा प्रश्न.

ही मानलेली मुलगी.

सख्खी मुलगी मानवली नाही. रोज भांडणं. विषय कोणताही. मुलीच्या हातचा स्वयंपाक कधी आवडला नाही. गूळ जास्त वापरते. आईसाठी कमी गुळाची, एकेक वाटी भाजी, आमटी बाजूला काढायला तिला कधी जमलं नाही. वर्षो न् वर्षं वरणभात, कांदा, लोणचं. पण आवडत्या माणसांत पहिलं नाव लेकीचं. तोंडी लावणं रोज शेजारून आणायचं. मुलगी आईच्या साध्या गरजा भागवत नाही हे सगळ्या इमारतीला माहीत.

"काय ग, सांग ना! इथं किती वर्षं होत्या?"

"तीन वर्षं."

"शेवटी तुझ्या घरात मरण होतं."

मी गप्प. अशा वाक्यावर काय बोलतात? येणाऱ्या माणसांकडेही विषय नसतात. फोन वाजला. आता सुटका होईल का? फोनवरही तेच बोलावं लागणार. कधी गेल्या? कशा? घरात कोण होतं? शुद्धीवर होत्या का शेवटपर्यंत? अगदी शेवटी काय बोलल्या? लोकांना हे का हवं असतं? देशासाठी फासावर जाणारा क्रांतिकारक शेवटी जे बोलतो ते फक्त महत्त्वाचं असतं. अर्थात क्रांतिकारकाचं सगळं आयुष्यच बोलकं असतं. सासूबाईंनी माझ्यासाठी तोंड उघडलं ते फक्त मला नावं ठेवण्यासाठी.

दहा नातेवाईक त्यांच्या मुखांतून बोलत होते. का त्या दहा तोंडांतून एकट्या बोलत होत्या?

समीरचं कुटुंब म्हणजे दहा तोंडांचा रावण. त्या लंकेत समीरच बिभीषणासारखा होता.

सतत बोटीवर होता म्हणून तो वेगळा.

शांताबाई शेळक्यांची एका कवितेतली एक ओळ तर समीरसाठीच.

'घर पाण्यावरी, बंदराला करतो ये जा.'

समीर फक्त दर्याचा राजा नव्हता.
तिथं तो नोकर.
तो राजा होता ह्या बाराशे चौरस फूट जागेचा.
आणि माझ्या अथांग हृदयाचा.
अथांग हा शब्द समुद्राचा. पण समीर तो माझ्यासाठी वापरायचा.
"तू म्हणजे समुद्र आहेस."
"खारट."
चुंबन घेत तो म्हणाला, "अथांग."
"माझ्या मनातला एकही विचार आत्तापर्यंत केवळ माझ्या मनाचा राहिला नाही."
"ह्या एकाच बाबतीत तू समुद्रासारखी नाहीस."
"म्हणजे?"
"समुद्राच्या पोटात काय काय आहे कधीच कळणार नाही. समुद्राच्या सहवासात सगळं आयुष्य घालवलं तरी तो ओळखीचा व्हायचा नाही. तुझं तसं नाही. तुझा चेहरा म्हणजे तुझं मन."
"तुम्हाला माझी ओळख होणार नाही."
"तू स्वत:ला जेवढं ओळखलेलं नाहीस, तेवढं मी तुला ओळखतो."
"वर्षातून दोन-तीन महिने वाट्याला येतात..."
"म्हणून काय झालं?"
"तुमच्या बाबतीत बायको म्हणजे हिल स्टेशनसारखी आहे. माथेरान, महाबळेश्वर, सिमला, उटी-जे नाव द्याल ते."
"असं का म्हणतेस?"
"नेहमीचं कंटाळवाणं आयुष्य तुलनेला असल्याशिवाय हिल् स्टेशन्स आवडत नाहीत. जी कायम तिथेच राहतात त्यांचं काय? तुमच्या सगळ्या नातेवाईकांना मी कशी..."
समीरने माझे ओठ नेहमीप्रमाणे सीलबंद केले.
"बोलू दे ना मला."
"तू माझी हिल् स्टेशन ना? मग तिकडे गेल्यावर आपण घर विसरतो. आपल्या दोघांच्या एकांतात कुणीही डोकावता कामा नये. समजलं का तिशे?"
छातीत त्या क्षणी एक कळ आली. समीरने तिशे म्हणताच सगळा रावणच बेडरूममध्ये आला.

"तुझा चेहरा बदलला. काय झालं?"
मी सांगितलं नाही.

मी ते कधीच सांगणार नाही.
हिल् स्टेशनला माणसं सगळे क्लेश विसरण्यासाठी येतात. हिल् स्टेशन्स जर उद्या आपली दु:खं सांगायला लागली तर तिकडे कुणी फिरकेल का? हिल् स्टेशनने नेहमी हिरवं राहायचं. टवटवीत, तरुण, टंच, बाळसेदार, पुष्ट, मोहक, आकर्षक, ताजं.
समीरच्या महिन्या-दोन महिन्यांच्या सुट्टीत किंवा नवी असाइनमेंट येईतो आमचा वरळीचा फ्लॅट तसाच असतो. गेल्या अनेक वर्षांची ही प्रथा आहे. माझ्या दोन्ही मुली तेव्हा माहेरी येतात. जावई त्याच सुमारास रजा घेतात.
बेडरूमची रचना दरवेळी बदललेली असते. पडदे, चादरी, उशा, अभ्रे, पावडर, पर्फ्युम... सगळं पंचतारांकित हॉटेलप्रमाणे.
आणि सेवेला तिशी. अर्ध्या वचनात आणि संपूर्ण आलिंगनात. मी त्या काळात साड्याही वेगळ्या नेसते. रंगसंगतीबाबत जागरूक असते. समीरला मी नित्य नव्या कपड्यांत भेटते. ह्याचा अर्थ मी भरमसाट साड्या घेत सुटते असं नाही. हे सगळं नवं आहे असं त्याला वाटावं, इतकी मी फ्रेश असते. प्रत्येक जुन्या अनुभवाला नव्याने सामोरं जाण्याची एक कला असते. मी ती कला आत्मसात केली आहे.
समीरला सगळं कोरं, करकरीत हवं असतं.
आयुष्य म्हणजे पुनरुक्ती. ब्रेकफास्ट, आंघोळ, दुपारचं जेवण, त्यासाठी स्वयंपाक, आलटून-पालटून त्याच भाज्या, आमटी, तीच कणीक, त्याच पोळ्या. मग एखादी डुलकी. पुन्हा दुपारचा चहा. परत रात्रीचं जेवण. मग झोप.
हा झाला एक दिवस.
प्रतिक्षणी नवा जन्म घेण्याची शक्ती मनाजवळ असते. पण त्याला ते शिकवावं लागतं. मनाची ताकद मनालाच कुणीतरी दाखवायची असते. त्याने ती ताकद उचलली की मग सगळं सोपं असतं. मग ते मनच तुम्हाला एक आयुष्य पुरणार नाही इतक्या युक्त्या शिकवतं.
ते मन मग लेखकाला कथानकं पुरवतं, कवीला शब्द सुचवतं, संगीतकाराला चाल, नर्तकाला पदन्यास, शास्त्रज्ञाला शोध, तर माझ्यासारख्या सामान्य तिशीला...
...
तिशी.

ह्या एकाच शब्दापाशी माझं मन थबकतं.
चुकलं.
स्वत:वरतीच ह्या शब्दाचा आसूड हे मन का ओढून घेतं?
जाऊ दे! आनंदी राहायचं हे आपण ठरवलंय.
मी आनंदी असतेच.
परिस्थितीला सलाम.
मुली झाल्या. मुलाची उणीव भासली नाही. जावई मुलांप्रमाणेच आहेत. नातवंडं झाली. पैसा भरपूर आहे. समीर... समीर मस्त माणूस आहे.
वर्षातले किती दिवस तो वाट्याला येतो हा हिशोब मी तीस वर्षं केलाच नाही.
तो येतो तेव्हा तो माझा असतो. मी त्याची.
पिसाटासारखी मी त्याला झपाटते.
पिसासारखी हलकी होते.
तो तळहातावर माझ्या देहाचं पीस ठेवतो आणि स्वत: पिसाऱ्यासारखा बहरतो.
तो कधीही आला तरी श्रावण महिनाच असतो आणि तरीही कोकिळा गात असते आणि मोर नाचत असतात.

हेच रावणाचं शल्य.
आम्ही अजून टवटवीत आहोत. एकमेकांवर लट्टू आहोत हे सगळ्यांचं दुखणं. वीस कलमी निंदा.
१. आमचे नवरे वर्षाकाठी आठ-दहा महिने दूरवर असते तर आम्ही स्वेटरच काय, काश्मीरचे गालिचे विणले असते.
२. नवरा आला की चोचीत चोच द्यायची, म्हणजे झालं. मग पुरुष एरवी बायको काय करते ते विचारीत नाही.
३. दिवसचे दिवस विणकाम करवतं कसं?
४. समीर पुरता फसलाय.
५. समीर बायकोला ओळखून आहे. म्हणून तर सारखा शिपवर असतो.
६. समीर रिटायर झाला की त्याचे हाल आहेत.
७. लोकरीचे गुंडे करीत बसेल.
८. दोन्ही मुली चांगल्या निघाल्या म्हणून हिचं पितळ उघडं पडलं नाही.
९. जावई पण तिला ओळखून आहेत.
१०. समीर रजेवर आल्याशिवाय ते फिरकत नाहीत तिच्याकडे.
सतत वीस वर्षं हीच कलमं मी वारंवार ऐकली. उरलेल्या दहा कलमांची पुरवणी सासूबाईंनी गेल्या तीन वर्षांत जोडली. दोन्ही सुनांनी आणि सख्ख्या

मुलींनी त्यांची जी ससेहोलपट केली ती सगळ्या गोतावळ्याला माहीत आहे. तीस वर्षांत सासूबाई पाच वेळा माझ्याकडे राहिल्या. तेवढ्या काळात समीरने आणि मी त्यांना तळहातावर झेललं होतं.

सगळ्यांना नकोशा झाल्या तेव्हा त्यांची रवानगी आमच्या वरळीच्या तुरुंगात झाली.

तुरुंग हा शब्द त्यांचाच.

त्या जन्मठेप झालेल्या कैदी. स्वत:ची गणना त्या नेहमी 'क्रिमिनल' कैद्यांत करतात. मी वॉर्डर.

त्या कैदी असतीलच तर माझ्या मते पोलिटिकल आहेत. राजकारणापल्याड त्यांनी आयुष्यभर दुसरं काय केलं? तुरुंग काय, कैदी काय आणि वॉर्डर काय? कोणीही कुणाला अडकवून ठेवत नाही. व्याधी आणि वार्धक्य हेच खरे तुरुंग. त्यातून सुटका करण्याचं सामर्थ्य फक्त मृत्यूजवळ असतं. पृथ्वीवरच्या कोणत्याही धन्वंतऱ्याजवळ नसतं.

सासूबाईंची सुटका झाली.

थोरल्या जाऊबाई मला म्हणतात, "तू सुटलीस."

'मधल्या' मध्येच म्हणाल्या, "ती कधीच कशात गुंतत नाही."

पुन्हा दोघीजणी माझ्या विणकामावर घसरल्या. मी गप्प. माझ्या उलटसुलट टाक्यांनी मी बत्तीस वर्षं कुणाचं ना कुणाचं वस्त्र विणत होते.

रावणाने मात्र उलटसुलट शब्दास्त्रांनी माझं मन जीर्ण करण्याचा प्रयत्न केला. मी ऊब देत होते. रावणाने केवळ चटके दिले.

सासूबाई पंच्याऐंशी वर्षं का जगल्या?

ज्या जगण्यात त्यांना 'राम' वाटला नाही ते आयुष्य जगायला लावण्यात 'रामा'चा हेतू काय?

प्रोफेसर व्यासांची आठवण झाली. व्यासांनी ह्याचं उत्तर मला दिलं होतं. समीरच्या एका मुक्कामात ते अचानक गाडी घेऊन आले. मी आणि समीर बाहेर जेवायला चाललो होतो. घरात सगळा स्वयंपाक तयार होता. पण सकाळी दर्याच्या राजाने, नव्हे माझ्या चक्रवर्तीने फर्मान काढलं, 'संध्याकाळी जेवायला बाहेर जायचं.'

वटारलेल्या डोळ्यांनी, आरामखुर्चीत पडल्या-पडल्या सासूबाईंनी ते ऐकलं होतं. सासूबाईंना एकच अवयव होता. डोळे.

आरामखुर्चीत बसल्या-बसल्या त्यांचे डोळे सर्चलाईटसारखे माझ्या पाठोपाठ फिरायचे.

मी गृहरचना सतत बदलत असे. आमची बेडरूम सोडून मी सासूबाईंची कॉट, आरामखुर्ची, दोन स्टुलं ह्यांच्या जागा बदलत राहायची.
मन टवटवीत ठेवण्याचे जे अनेक मार्ग होते त्यांपैकी हा एक. रचना बदलत ठेवली की ताजं वाटतं. घरातल्या घरात चालण्याफिरण्याच्या वाटाही बदलतात. सगळ्या फ्लॅटला आपला स्पर्श होतो. ओळख वाढते. पेशंटलाही फ्रेश वाटतं.
पेशंटलाच.
तो जर स्वत:ला कैदी मानत असेल तर त्याला फक्त बरॅक बदलल्यासारखं वाटतं.
समीरने जेव्हा एक भलताच प्रश्न विचारला तेव्हा अंगाची आग झाली. निरोप घेताना तो म्हणाला,
"तू आईला कंटाळलीस म्हणे?"
"कोण म्हणतं?"
"आई."
"मी कधी म्हणाले नाही ना?"
"आई सांगत होती, घराबाहेर काढणं मला शक्य नाही म्हणून तुझी बायको मला सारखी ह्या खोलीतून त्या खोलीत हाकलत असते, नाहीतर खोलीतल्या खोलीत पन्नासदा ह्या कोपऱ्यातून त्या कोपऱ्यात लोटत असते. मला माझ्या सगळ्या वस्तूंची जागा सारखी लक्षात ठेवायला लागते."
"त्या एकाच जागी बसून असतात. त्या कुठेही असल्या तरी त्यांना लागणारी वस्तू त्यांच्या हातात, बसल्या जागी पडते."
मी रचना बदलत राहणं सोडलं नाही. माझं मन टवटवीत ठेवण्याचे उपाय मी सुचवले नाहीत. पेशंटपेक्षा देखभाल करणारा फ्रेश राहणं आवश्यक असतं. पण हे रहस्य जाणून घेण्याची कैद्याला गरज वाटत नाही. त्यानंतर अगदी अकल्पितपणे समीर दोन महिन्यांनी फक्त दोन दिवसांसाठी आला होता. तेव्हा नेहमीप्रमाणे मला पहाटे पहाटे मिठीत घेऊन, 'तिशे, यू आर ए परफेक्ट नाइस सेक्स पार्टनर' हे वाक्य न बोलता उलट निरोपाच्या वेळी म्हणाला,
"आता फुलपाखरासारखं जगायचं सोडून दे. जरा जबाबदारीने वागायला हवं."
मी उफाळले. पण शब्द फुटले नाहीत.
कमालीचा संताप, अमाप आनंद, विलक्षण दु:ख.
तीनच प्रतिक्रियांत माझं मन फुटतं, डुंबत वाहून जातं.
थोडी शांत झाले तेव्हा विणकाम बाजूला ठेवलं.
समोर कागद ओढले.

दोन सर्चलाइटच्या प्रकाशात लिहीत सुटले.

समीर,
मी फुलपाखरू. - हा तुझा कॉमेण्ट. मला न आवडलेला. आता मी खालील गोष्टी करीत आयुष्य उधळलं का ते सांगा.
१. दुपारच्या झोपा काढणं.
२. शॉपिंग.
३. गॉसिपिंग.
४. नाटकं-सिनेमे-सहली.
५. मित्रमैत्रिणींचे अड्डे, पत्ते.
६. वनिता, भगिनी समाज, मंडळं वगैरे.
मला आनंदी राहायला आवडतं. चोवीस तास व्यवसाय करणं रुचतं. आनंदात असणं वेगळं. फुलपाखरासारखं जगणं वेगळं. छंद आणि स्वच्छंद ह्यातला फरक, शब्दकोश नावाचं पुस्तक असतं, त्यात शोधण्याचा प्रयत्न कर आणि तुझी 'तिशी' कोणत्या वर्गात आहे, त्याचा विचार कर.
आता आपण 'जबाबदारी' ह्याबाबत काय ते पाहू.
१. दोन्ही बाळंतपणांच्या वेळी मी स्वत: टॅक्सी करून हॉस्पिटलमध्ये दाखल झाले.
२. मुलींना ट्रिपल-पोलियोपासूनची सगळी ट्रीटमेंट, संगोपन मी केलं.
३. मुलींचा एकही आजार तुझ्या परिचयाचा नाही.
४. मुलींना शाळेत दाखल करणं, क्रमिक पुस्तकांचे डोंगर आणणं, दारात-खिडकीत उभं राहून त्यांची वाट बघणं, हट्ट पुरवणं हे कुणी केलं? मुलींच्या शाळेचं नाव तू पत्त्यासकट अचूक लिहून दाखवशील का?
५. स्वयंपाक करण्यासाठी 'गॅस' नावाचं एक इंधन लागतं. तो संपला की नवा सिलिंडर मिळवण्यासाठी ह्या 'भारत महान' देशात तपश्चर्या करावी लागते हे तुला माहीत आहे का?
६. आपल्या घरात एकदा गॅसची टाकी फुटली तेव्हा प्रसंगावधान राखून आपलं घर आगीपासून मी वाचवलं होतं. फुलपाखराला हे सुचलं असतं का? तो सिलिंडर माझ्या हलगर्जीपणापायी फुटला असं रावणाच्या दहा तोंडांपैकी एक तोंड भकलं. आपण ते तोंड बंद केलंत का?
७. तुझी मावसबहीण इथं राहायला आली होती. तिचा तीन वर्षांचा सुभाष गॅलरीतून पडून वारला. तुझी बहीण पंधरा दिवस सायकॅट्रिस्टची ट्रीटमेंट घेत होती. तेव्हापासून ती गॅलरी असलेल्या घरात जात नाही. त्यावेळेला पोलीस,

पंचनामा, पोस्टमार्टेम, ॲम्ब्युलन्स मागवणं, ही सगळी कामं मी केली. प्रो. व्यास फक्त मदतीला धावले.

८. दोन्ही मुलींची लग्नं जमवणं, कार्यालय, पंगती, रिसेप्शन ह्या सगळ्या गोष्टी साग्रसंगीत पार पाडणं ह्याला 'जबाबदारी'व्यतिरिक्त काय म्हणतात?

९. गेल्या पस्तीस वर्षांत आपली राहती जागा पाच वेळा रंगवली. घर रंगवणं हा एक खिळखिळा करणारा काळ असतो. जमिनीवर पडलेला एक डाग तरी आपण कधी पाहिलात का?

१०. ह्या सुजलाम, सुफलाम देशात अनेकदा 'मुंबई बंद'पासून 'रास्ता रोको'सारखी भंपक आंदोलनं झाली. आंदोलनांचे नेते आणि मंत्री आपापल्या एअरकंडिशण्ड गाड्यांतून सुखरूप असतात तसा तू त्या आंदोलनांपासून हजारो मैलांवर असतोस. मुलींना सुखरूप घरापर्यंत कसं आणायचं इथपासून धान्य, औषधं, दूध, भाज्या आणून ठेवायच्या ह्या सगळ्या सावधानतेला काय नाव देशील?

११. रेशनकार्ड शब्द कानावरून गेलाय का?

१२. कोणत्याही नोकरीमध्ये कामाचं एक निश्चित रूप असतं. एकदा त्याचं आकलन झालं की त्यात फारसा बदल होत नाही. मन, बुद्धी आणि शरीराचा रोज कस लागेल अशी परिस्थिती नसते. संसारातला प्रत्येक दिवस वेगळा असतो. नेहमीची दैनंदिन कर्तव्यं तर चुकतच नाहीत. त्याव्यतिरिक्त रोज वयाने मोठ्या होणाऱ्या मुली, लहान होत जाणारा नवरा आणि वाढ खुंटलेली सासरची माणसं रोज वेगळ्या समस्या निर्माण करतात. पूर्वानुभव नसलेले प्रश्न सोडवताना काय होतं हे तुला बोटीवर राहून समजणार नाही आणि काही दिवसांपुरतं घरी राहून तर त्यांची तोंडओळखही होणार नाही. तुझ्या सुट्टीवरच्या वास्तव्यात, 'समीरला गरम चहा मिळाला का?','आज समीरने बिस्किटं संपवली का नाहीत?','समीरची आंघोळ झाली का?','दुपारची झोप झाली का?','आज बाबा गप्प गप्प का आहेत?'-बाराशे चौरस फुटांचा फ्लॅट तुझ्याभोवती पिंगा घालतो.

'यू आर ए नाइस सेक्स पार्टनर' असं तू पहाटे कुजबुजलास की शरीरातला अणूरेणू कृतकृत्य होतो. आपल्या ह्या नित्ययौवनाने बहरणाऱ्या हनिमूनच्या रात्रीमागे ह्या टवटवीतपणावर जळणारे तुझ्या भावाबहिणींचे शिळे संसार आणि त्या संसारांनी, तुझ्या गैरहजेरीत मला केलेल्या जखमा मी तुला दिसून दिल्या नाहीत. तुझ्या स्पर्शाने त्या जखमा पहिल्या रात्री बुजत होत्या, दुसऱ्या रात्री खपल्या पडत होत्या आणि तिसऱ्या रात्रीपासून शेवटच्या रात्रीपर्यंत माझी कांती पूर्ववत् होत होती. पण, आता तूच वार केलास, तेव्हा काय

म्हणू? गेल्या बत्तीस वर्षांत तुझ्याबद्दलची ओढ कमी झाली नाही. पण आज वाटतंय, पुढच्या रजेला तू घरी आला नाहीस तरी चालेल.

सासूबाई पंच्याऐंशी वर्षं का जगल्या?
व्यास सांगतील?
त्या दिवशी त्यांच्या गाडीतून जेवायला जात असताना सिग्नलजवळ गाडी थांबली. सहज जवळच्या फूटपाथकडे नजर गेली. महारोगापायी हातापायांची बोटं झडलेली, हाडांचा सापळा आणि वर कातडी, दाढी, केस अफाट वाढलेले, अशा अवस्थेत मुंबईच्या तापलेल्या फूटपाथवर उताणा पडून एक भिकारी पाठ आणि हाताची कोपरं ह्यांच्या आधाराने आडवा-आडवा खुरडत होता. कमरेपासून गुडघ्यापर्यंत चिंध्या गुंडाळलेल्या, खपाटीला गेलेल्या उघड्या पोटावर एक ॲल्युमिनियमची पोचे आलेली कळकट थाळी.
त्यात काही नाणी.
मी व्यासांना विचारलं, "आता ह्या माणसाचं जगण्याचं प्रयोजन काय?"
व्यास म्हणाले, "त्याच्याकडे पाहून तुम्हाला शिसारी आली ना? हा का जगतोय असं वाटलं ना? मनुष्यदेहाची किती घृणास्पद अवस्था होऊ शकते ह्याचं दर्शन होतं ना? मग झालं तर. त्याच्या अस्तित्वाचं हेच प्रयोजन. तुमचं इथलं कार्य संपताक्षणी तुम्हाला इथं कुणी ठेवतच नाही. तुमच्या मनात त्याला पाहून जे जे विचार आले, तसेच विचार, घृणा, किळस अनेकांच्या मनात निर्माण करणं हेच त्याचं कार्य."
सासूबाई पंच्याऐंशी वर्षं जगल्या आणि शेवटची तीन वर्षं इथं राहिल्या. ते हेच कार्य करण्यासाठी. समीरने आणि मी बत्तीस वर्षं मधुचंद्रासारखी घालवली तिला ग्रहण लावण्याचं कार्य त्यांना करायचं होतं. 'तुझी बायको कशी आहे, ते बोटीवर राहून तुला कळायचं नाही' असं त्या तीन वर्षं कानीकपाळी ओरडत राहिल्या.
माझं बत्तीस वर्षांचं बरसणं निकालात निघालं.

"उभ्या आयुष्यात कुणी कदर केली नसेल, इतकं तीन वर्षं तुम्ही माझ्यासाठी केलंत."
व्यास इतकं म्हणाले आणि माझा बांध फुटला. पाणी उताराकडेच धावतं असं नाही. जिथं त्यांचा सन्मान होईल, तिथंच अश्रू धावतात.
सासूबाईंच्या वियोगाचं हे रडणं नव्हतं. अहंकारावरची फुंकर सुखद असते. व्यासांना वेगळं राहूनही दिसत नाही. जे बघू शकतात त्यांना लांबूनही दिसतं.

"त्या तीन वर्षं इथं राहिल्या हेच नवल नाही का?"
मी म्हणाले,
"इतरांनी थारा दिला नाही तर काय करायचं? गुलामचोर डावात तीन पानांपैकी दोन पानं आपल्याला खाली टाकावी लागतात. शेवटचं पान म्हणजे गुलाम. ते बाकीच्यांना समजतं. ते पान कुणी ओढून घेतं का? तो गुलाम मग आपल्यालाच सांभाळावा लागतो."
व्यासांनी पटल्याची मान हलवली.
"दु:ख त्याचं नाही..."
मला थांबवत म्हणाले,
"सगळ्या दु:खावर काळासारखं औषध नाही असं म्हणतात. त्याच वेळेला काळही एका दु:खाला जन्म देत असतो माहीत आहे?"
मी मानेने 'नाही' म्हणाले.
"स्वत:ला होणारा मन:स्ताप, स्वत:ने इतरांसाठी उपसलेले कष्ट, स्वत:ची काहीतरी चांगलं व्हावं म्हणून चालणारी धडपड, उपेक्षा, अकारण होणारी बदनामी आणि इतरांना त्यामागच्या यातना समजण्याचा काळ, ह्यातलं अंतर म्हणजे दु:ख."
"म्हणजे?"
"आपण जेव्हा स्वत:च्या मुलांपासून, प्रत्येकाच्या बाबतीत कमी-जास्त प्रमाणात रक्त आटवत असतो, त्याच काळात ती तडफड संबंधित व्यक्तींना समजावी ही आपली इच्छा असते."
"तेवढंच हवंय."
"इतरांना ते आकलन होत नाही किंवा ते मान्य करायचं नाकारतात. ह्यात जो काळ जातो तो अवधी म्हणजे दु:ख. तसं नसतं तर 'तेव्हा आम्ही अकारण आकस धरून तुमच्याशी वाईट वागलो' अशी विधानं जन्मालाच आली नसती. ह्यातून कुणाचीही सुटका नाही."
"समीरसारखा माणूस..."
"समीर कोण? नवरा. पोटच्या पोरांना आईबापाची तडफड समजत नाही, तिथं नवऱ्याची काय कथा? मुलांना जेव्हा हे कळतं तेव्हा कधीकधी त्यांच्यासाठी खपणारे हात ह्या जगातही राहिलेले नसतात."
व्यासांनी सांगितलेलं समजायला सोपं, पचवायला कठीण. ते नेहमीच असं बोलतात.
त्यांचं बोलणं पचलं तर मग मागं उरतो आनंद. आनंदी राहायचं हा तर आपला स्थायीभाव. मग शेवटची तळमळ काढून टाकायची.

मी विचारलं,
"तरी काही उत्तरं मिळत नाहीत."
"बोला."
"सासूबाईंवर कुणीही मनापासून प्रेम केलं नाही. प्रेम नाही तर नाही, कर्तव्यभावनेनेही आवश्यक त्या गोष्टी केल्या नाहीत. मी मामंजींचं जे जे केलं ते प्रेमाने केलं आणि सासूबाईंचं दयेपोटी केलं. असं असताना ज्यांना त्या नको होत्या, तिकडेच त्यांचा ओढा का होता?"
"त्यांची हेळसांड होत होती म्हणूनच."
केवळ माझ्या नजरेचा अर्थ जाणून व्यास म्हणाले,
"चार भिंतींच्या बाहेर कार्यक्षेत्र नसलेल्या बायका मागच्या पिढीत, पर्सेन्टेजवाइझ जास्त होत्या. त्यांना सिम्पथी मिळवण्याची सवय लागली. घरातली चार कामं केली तर कौतुक करायची प्रथा नव्हती. कारण घर सांभाळणाऱ्या स्त्रिया उदंड होत्या. कौतुक नाही तर कीव, काहीतरी एक माणसाला हवं असतं. स्वत:चे हाल करून घ्यावेत, पण दयेचा विषय व्हावं ह्याची मानसिक गरज निर्माण होते. पंचपक्वानांच्या जेवणाची पंगत बसलेली असली की ज्याच्या पानात खडा लागतो, त्याच्याबद्दल इतरांना क्षणभर हळहळ वाटते. तसं आहे हे. तुमच्या घरात तुम्ही त्यांना तळहातावर झेललंत. ह्यात त्यांना अस्तित्व कुठे राहिलं? कौतुकाच्या नजरा तुमच्यावर. ह्याउलट 'सख्खी मुलगी, पण आईकडे बघत नाही' ह्यासारख्या वाक्यात त्यांच्याच अस्तित्वाची दखल घेतली जाते. असं एखादं शल्य, छळणारी आठवण प्रत्येकाला हवी असते. 'दु:ख विसरायचं' ह्या विधानातच त्याचं स्मरण लपलेलं आहे. एकांतात किंवा सुखाच्या परमोच्च क्षणीसुद्धा कुरवाळण्यासाठी एखादा 'सल'च सोबत करतो."

मी त्या क्षणी कमालीची घाबरले.
खोल खोल जाऊन, स्वत:चा शोध घेण्यात हरवले.
व्यास पुढे म्हणाले,
"ह्या प्रकाराला आमच्या शास्त्रात 'मॅसोचिस्टिक टेंडन्सी' म्हणतात. स्वत:ला क्लेश करून घेण्यातला आनंद. तुमच्या सासूबाई जिथं जमत नव्हतं, तिथं रमत होत्या, ह्यामागे जे रहस्य..."
पण पुढचे शब्द ऐकू येईनात.
मीही तशीच?
त्यांपैकीच?

नाहीतर,
'दिवसभर सगळ्यांनी वापरलेलं नाव मला आपल्या एकांतात नको'-असं समीरने सांगितल्यावर त्या रावणाला एकांतात येण्याचा परवाना देणारं 'तिशी' हेच नाव मी का सुचवलं?

✣ ✣ ✣

आसावरी

प्रथम तिने डब्यात प्रवेश केला. ती आसावरी इनामदार होती. प्रश्नच नाही. चेहरे आणि आडनावं ह्यांत माझी नेहमी गल्लत होते. गल्लत म्हणजे चक्क विस्मरण होतं. तिसरी, चौथी कार्बन कॉपी जशी पुसट पुसट होत जाते तसं होतं. पण एकदा समोरच्या व्यक्तीने आयडेंटिटी कार्ड दाखवलं की ती कॉपी जरी सहावी-सातवी असली तरी ठसठशीत होते. टायपिंग करणाऱ्या माणसाच्या बोटांत जेवढी ताकद असेल तेवढ्या प्रमाणात कॉपीज कमीअधिक ठळक येतात. कार्बन पेपरही चांगला लागतो ते वेगळं. कोऱ्या पाटीप्रमाणे कोणतंही अक्षर स्वीकारणारे कार्बन असले तर मात्र अस्सल आणि नक्कलमध्ये कार्बनचाही पडदा उरत नाही. इथं मात्र सवालच नव्हता.

स्मृती जतन करण्यासाठी मेंदूत जितक्या पेशी असतात, त्या सर्व पेशींच्या मेजॉरिटीने सांगितलं,

'ही आसावरी इनामदार.'

गणूकाका इनामदारांची आसावरी किंवा बागेश्री.

आसावरीच्या कडेवर दोन वर्षांची मुलगी. ती झोपलेली. आसावरीच्या उजव्या हातात एक टम्म फुगलेली पिशवी. ती जड असावी. तिने ती थकून बर्थवर ठेवली. मग मुलीला झोपवलं. त्या हालचालीने मुलगी झोपेतून जागी झाली. तिने रडका चेहरा केला.

"झोप. रडायचं नाही. मी इथंच आहे."

तोपर्यंत डब्यात एका रुबाबदार माणसाने प्रवेश केला. त्याच्या हातात एक ॲरिस्ट्रोक्रॅट सूटकेस. ह्याचा अर्थ तो ऐपतवाला. त्याचं बोट न धरता मागोमाग एक मुलगा. डब्यात येताच त्याने आईसमोर निषेध नोंदवला.

"तू बाबांचं बोट धरायला सांगितलंस, पण त्यांनी मला बोट धरून दिलं नाही."

"त्यांच्या हातात सिगारेट असेल. चुकून तुला भाजेल म्हणून त्यांनी बोट धरून दिलं नाही. तुझ्याचसाठी."

"आई पण..."

"पुरे! तू हरवला नाहीस ना?"

"आई, एका माणसाला सिगारेटचा चटका लागला."

"बरं."

"तो बाबांना बोलला. गर्दीत सिगारेट ओढताना..."

"आशिश, स्टॉप इट्!" बाप ओरडला.

"हो का हो?"

"अरे, गर्दीत चटका लागायचाच. कुणाच्याही हातात सिगारेट असू शकते हे त्याला समजायला हवं. मुंबईत राहणाऱ्या प्रत्येक माणसाने स्वतःची काळजी स्वतः घ्यायला हवी. दुसरा काय करणार?"

"सगळी माणसं सारखी नसतात. त्याने हात उगारला असता तर?"

"तोडला असता."

"आपल्याच आशिशचा हात भाजला असता तर?"

"म्हणूनच धरून दिला नाही."

ती बागेश्रीच होती. बागेश्री इनामदार.

गणूकाका इनामदारांची सून. बागेश्री. गणूकाका तेव्हा सांगली गावात. तिथं मी कार्यक्रमाला गेलो होतो, तेव्हा गणूकाकांच्या घरी उतरलो होतो. गणूकाका पट्टीचे गायक. ते सांगायचे मी सूर जाणतो. आणि जो सूर जाणतो त्याला मी गायक समजतो. घराणं म्हटलं की वाद आले. सूर म्हटलं की तिथं वादी-संवादी असतात. वादावादी नसते. गणूकाका पुढे गंमतीने म्हणाले,

"मी सुरावर्दी आहे. सुरांची वर्दी आली की चाललो."

गणूकाकांचं आणि माझं जमलं ते ह्याच कारणासाठी. मी सांगत असे,

"तुम्ही घराणी मानत नाही. मी जात-पात मानत नाही. मी साहित्य मानतो. मी संवाद जाणतो. आणि ज्याला लेखणीतून संवाद साधता येतो, त्याला मी लेखक समजतो."

ह्या भूमिकेमुळे गणूकाकांचं आणि माझं जमलं. गणूकाकांना एकच मुलगा. त्यांनी मुलाचं नाव कौतुकाने 'संगीत' ठेवलं. कालांतराने गणूकाका म्हणाले,

"मला नेहमी वाटतं, मुलाचं बारसं दोन वेळा करावं. एकदा लहानपणी. आणि दुसरं वयाच्या आठव्या वर्षी."

"का?"

"मूल वृत्तीने जसं व्हायला हवं असं आपल्याला वाटतं त्यानुसार आपण त्याचं नाव ठेवतो. आणि मूल प्रत्यक्षात कसं असतं ते आठ वर्षांनी समजतं तेव्हा वृत्तीप्रमाणे नाव बदलावं. एक असतो आदर्शवाद. दुसरा वास्तववाद."

गणूकाकांची व्यथा मला समजली. संगीतला गाण्याचं अंग नव्हतं, इथपर्यंत समजू शकतं. पण नंतर नंतर तो संगीतकलेचा वैरी झाला.

केव्हातरी मी डॉ. प्रभूंना ह्याबाबत विचारलं. प्रत्येकाने विचार करावा असं

मानसशास्त्रोक्त स्पष्टीकरण त्यांनी मला दिलं. त्यांनी सांगितलं,

"आपला बाप जर निव्वळ पैशाच्या मागे लागल्यामुळे आपल्या वाट्याला येत नसेल तर मुलं बापाचा द्वेष करतात, पण त्याच्या व्यवसायाबद्दल त्यांना फारसा राग येत नाही. ह्याच्या अगदी उलट, त्याच्या बापाच्या वृत्ती पैशाबाबत उदासीन असतील आणि व्यवसाय हा जर त्याचा धर्म बनला असेल तर मुलांना व्यवसायाचा राग येतो, पण बापाबद्दल नितांत आदर असतो."

केव्हातरी डॉ. श्रीखंड्यांनी मला असंच काहीसं ऐकवलं होतं. श्रीखंड्यांचं ठीक होतं. त्यांचा व्यवसाय फक्त घरातच तेवढा चालत नव्हता. त्यांनी उद्या डायनिंग टेबलचंच ऑपरेशन टेबल केलं असतं तर घरातल्यांनी काय केलं असतं?

गणूकाकांची गोष्ट वेगळी होती. शिकवण्या घरातच, रियाजही तिथेच आणि संगीतशौकिनांचा अड्डाही समोर, म्हणजे त्याच बैठकीच्या खोलीत. येणारे पाहुणेही सगळे 'आ-साहेब.' गाणाऱ्या बुजुर्गांना 'खाँसाहेब' म्हणतात हे संगीतला लहानपणी माहीत नव्हतं. सगळे 'आ' करून गातात म्हणून तो गाणाऱ्यांना 'आ-साहेब' म्हणायचा. कालांतराने तो असं गंमतीने म्हणत नसून रागाने म्हणायचा हे गणूकाकांच्या ध्यानी आलं. नंतर नंतर तर तो बैठकीच्या खोलीतून इतर खोल्यांत जाताना कानांत बोटं घालून जाऊ लागला. इतकं झाल्यावर गणूकाकांनी संगीतला पाचगणीच्या 'संजीवन' विद्यालयात ठेवलं आणि तेव्हापासून तो घरापासून कायम अंतरावर राहिला. पहिल्या मुलाच्या ह्या अनुभवामुळे गणूकाकांच्या घरात दुसऱ्यांदा पाळणा हलला नाही. संगीतला मी अधूनमधून पाहिला तो फोटोमधूनच.

संगीतच्या लग्नाची बातमी मला गणूकाकांनी पत्रातून कळवली. संगीतचं लग्न जमल्याच्या आनंदापेक्षाही गाणारी सून मिळाली ह्याचाच आनंद पत्रातून जास्त व्यक्त झाला होता. त्यांनी लिहिलं होतं,

'कीर्तनकार ओतुरकरांची आसावरी हा एक चमत्कार आहे. कीर्तनकाराचं घराणं. त्यामुळे आचारविचारांत शुद्धता आहे. संगीत विषय घेऊन एम्.ए. करीत आहे. महाराष्ट्रातल्या एका प्रसिद्ध गायिकेचं मार्गदर्शन मिळवण्याच्या खटाटोपात आहे. मी शब्द टाकावा अशी तिची इच्छा आहे. मी विचारात पडलो आहे. कारण ती गायिका जितकी तिच्या स्वर्गीय गाण्यासाठी प्रसिद्ध आहे, त्याच्यापेक्षा कितीतरी पट अधिक संयोजकांना स्वर्गवास बरा, असं वाटायला लावण्यासाठी प्रसिद्ध आहे. अशा ठिकाणी मी रमत नाही. सुरांच्या निकट राहणारा कलावंत एरवीही एखाद्या स्वराइतका कोमल असावा. त्याने मैफलीत 'बेसूर' आणि मैफलीबाहेर 'असुर' नसावं.

आसावरीबाबत प्रश्नच नाही. एखाद्या गायकाने जसा एखादा सूर सिद्ध केलेला

असतो तसा ह्या पोरीने अख्खा बागेश्री सिद्ध केला आहे. तिचं नाव 'बागेश्री' ठेव, असं मी संगीतला सांगणार आहे. आसावरीचं घराणं कीर्तनकाराचं. तिच्या तीर्थरूपांचं नाव निवृत्तीबुवा. त्यांच्या वृत्तीप्रमाणेच त्यांनी मुलीचं नाव, उदास-विषण्ण करणाऱ्या रागाचं ठेवलं. मी ती चूक दुरुस्त करणार आहे. संसारात आसावरी 'बागेश्री' सारखी बहरली पाहिजे.'

आठ-दहा वर्षांपूर्वी मी बागेश्रीच्या एक-दोन कार्यक्रमांना गेलो होतो. अशाच एका संगीतशौकिन मित्राकडे बागेश्रीची व्हिडीओ कॅसेटही पाहिली होती. पण नंतर तिचं नाव कुठे ऐकायला आलं नाही. आठ-दहा वर्षांत तिच्यात खूप बदल झालेला असला, तरी तो ओळख न पटण्याइतका नव्हता. नाव आणि चेहरा ह्याची प्रथमच गल्लत होणार नाही, ह्या आनंदात मी तिला विचारलं, "आपण बागेश्री इनामदार ना?"

■

मला पाहताक्षणी वपुंचे डोळे चमकले हे मी ओळखलं. आता ते 'तू बागेश्री ना?'-असं विचारणार. मी जर 'हो' म्हणाले तर संपलं. मग ते माझ्या गाण्याबद्दल बोलणार. मैफल रंगवण्याबाबतच्या तंत्राची तारीफ करणार. आवाजाचं कौतुक करणार. आठ वर्षांपूर्वी माझ्यावर एक लेख आला होता. त्याचाही विषय गप्पांच्या ओघात येणार. गणूकाकांची आणि त्यांची चांगली मैत्री आहे, हे मी ऐकून आहे. गणूकाका पूर्वी जेव्हा सांगलीला होते, तेव्हापासून त्यांची आणि वपुंची मैत्री आहे. सांगलीला कार्यक्रमासाठी गेल्यावर, वपु गणूकाकांना भेटल्याशिवाय परत जात नाहीत, वगैरे मी ऐकून होते. मी त्यांची आवडती गायिका आहे, हेही मला गणूकाकांकडूनच समजलं होतं. त्या उभयतांची गप्पांची मैफल मी मैफलीत चहाचा ट्रे नेण्यापुरतीही ऐकली नव्हती. कारण गणूकाकांच्या सहवासात राहण्याचा योग नव्हता.

वपु नाव विचारणार. मी 'हो' म्हणाले तर ते पहिला प्रश्न विचारणार,'खूप दिवसांत काही ऐकलं नाही.'

त्यांच्या ह्या विधानावर काय सांगणार?

खरं खरं सांगायचं तर, प्रचंड थकवा आलेला असताना शरीराला जशी विश्रांतीची आवश्यकता असते, तशी मनाला पण. काही तासांच्या शांत झोपेने शरीर पुन्हा उभं राहतं. मनालाच उभारी येण्यासाठी वेगवेगळी उपाययोजना हवी असते. अगदी निकटवर्तीयांचा, म्हणजे आई-बाबा, आजी ह्यांच्यासारख्यांचा एक वात्सल्याचा स्पर्श. अशा नातेवाईकांच्या मांडीवर डोकं टेकून शांत पडून राहावं. त्यांनी फक्त थोपटावं. शब्दांची गरज नाही. नवऱ्याने स्पर्श न करता जे सांगायचं ते सांगावं.

त्याच्या स्पर्शातली शृंगारलालसा कौतुकाच्या रूपाने नजरेतून बरसावी. अहंकार फुलवणारे शब्द कदाचित, त्याला सुचणार नाहीत. त्याने नुसतं बघावं.
पण ते बघणं निव्वळ एका नराचं मादीकडे बघणं जसं असतं, तसं ते नसावं.
जोडीदाराची उंची आपल्याला आकलन झालेली आहे, इतकंच त्या नजरेत दिसावं. नवऱ्याच्या स्पर्शाची शाश्वती नाही. सांत्वनाच्या वा शुश्रूषेच्या भावनेने तो जेव्हा जवळ घेतो तो आपल्याला बरं वाटावं म्हणून की त्याला... हे कळत नाही. रसिकाने केलेलं कौतुक वेगवेगळ्या पातळीवरचं असतं. कुणाचंही कौतुक वरवरचं नसतं. त्यात उत्कटता असते. तरीही त्यात भक्तिभाव नसावा. 'स्तुती करावी परमेश्वराची । व्यर्थ करू नये मानवाची ॥' - हे बाबा कीर्तनातून सतत ऐकवत असत. कलावंताचं वेगळेपण नेमकं कशात आहे, हे मर्म रसिकालाही कळावं. ते शब्द वेगळे असतात.
वेगवेगळ्या वयाच्या गरजा जशा वेगवेगळ्या असतात, तशाच कलावंताच्या यशाच्या वेगवेगळ्या टप्प्यावरच्या कौतुक करून घेण्याच्या गरजाही वेगवेगळ्या असतात.
ह्या क्षणी मला कोणतं कौतुक अभिप्रेत होतं?
कोणतंही.
मी इतकी थकले होते की, कोणत्याही स्तरावरचं कौतुक चालणार होतं.
'आपण कोणीही नाही' -असं वाटणाऱ्या मन:स्थितीत, 'तुम्ही कोणीतरी आहात' असं सांगणारे कोणतेही शब्द चालतात.
त्यासाठी 'मीच ती बागेश्री किंवा आसावरी इनामदार' हे मान्य करायलाच हवं. ते तर शक्य नाही. मीच माझं ते असिधाराव्रत स्वीकारायला भाग पाडणारं अस्तित्व अमान्य केल्यावर, मी 'बागेश्री इनामदार' कशी असणार?
म्हणूनच वपुंनी जेव्हा विचारलं, 'आपण बागेश्री इनामदार ना?'
तेव्हा मी म्हणाले, "नाही."
संगीतला बरं वाटलं.
"अरे, मला तर वाटलं..."
"अनेकजण फसतात. हाच प्रश्न विचारतात. तिच्यात-माझ्यात खूप साम्य आहे म्हणतात."
वपु अस्वस्थ झाले. गप्प राहिले.
संगीत प्रसन्न झाला.

दारावरची माझ्या नावाची पाटी मी ज्या दिवशी काढली त्या दिवशी तो असाच प्रसन्नपणे हसला होता.

तंबोरा, तबला, हार्मोनियम ही सगळी वाद्यं मी विकून टाकली तेव्हाही असंच विजयी हास्य त्याच्या चेहऱ्यावर मी पाहिलं होतं.

शिकवण्या बंद केल्या तेव्हा तर तो फारच खुशीत होता. ह्या सगळ्या आनंदामागे एकच कारण होतं. आर्थिक गरज संपली होती. आणि त्याहीपेक्षा महत्त्वाची गोष्ट म्हणजे मी आता नुसती 'सौ. इनामदार, वाईफ ऑफ संगीत इनामदार' झाले होते.

त्याच्या दृष्टीने ती फार महत्त्वाची बाब होती.

नाऊ ही इज समबडी.

हजबंड ऑफ नोबडी.

एकदा मी बाबांना विचारलं होतं,

"कलेपेक्षा श्रेष्ठ काय?"

"अहंकार!"

"असं कसं?"

"तुला कळेल कधीतरी."

"मला पटत नाही."

"तशी वेळ येऊ नये. पण केव्हातरी तुला ते पटेल."

मला ते पटलं.

मला मुंबईचं आकर्षण केवळ एकाच कारणासाठी होतं. मला आता संजीवनी अर्जुनवाडकरबाईंची शिकवणी लाभणार होती. भल्याभल्यांनी माना झुकवाव्यात, असं बाईंचं गाणं. म्हणूनच बाईंची मान कमालीची ताठ झालेली.

ह्या एकमेव कारणासाठी, मुंबईत जागा मिळावी म्हणून मी अर्ज केला. कलावंतांसाठी शासनातर्फे सवलतीत जागा मिळते, असं मी ऐकून होते. बाबा तर कुणासमोरही हात पसरायला तयार नाहीत, पण शासनातर्फे त्यांचा नुकताच सत्कार झाला होता. त्याचा उपयोग झाला.

गाण्याच्या मैफलींवर मी जे काही मिळवलं होतं, त्यातल्या एका पैलाही बाबांनी हात लावला नव्हता. त्या आधारावर आणि शासनाच्या मदतीमुळे मी मुंबईकर झाले.

लग्नही ठरलं.

गणूकाकांची मी सून होणार. आणखी आयुष्यात काय हवं? ह्या आनंदामुळे मी संगीतचाही फारसा विचार केला नाही. तो दिसायला गोरापान होता. मुंबईतील महागाई परवडण्याइतका त्याला पगार होता आणि मी त्याला पसंत होते. माझ्या अधूनमधून होणाऱ्या प्राप्तीमुळे मुंबईतही चैनीत राहणं अशक्य नव्हतं.

ख्यालीखुशालीत वा रुबाबात राहावं अशी माझी जडणघडण मुळातच नव्हती. कीर्तनकाराच्या घरात वेगळे संस्कार होणं अशक्य होतं. त्याचा मला खेद नव्हता. 'समाधानात राहणं' हा जगावेगळा वारसा मला वडिलांकडून मिळाला होता. त्या वैभवाची गुरुकिल्ली गवसली की स्वत:च्याच वृत्तीचा स्वत:ला किती आधार वाटतो, ते शब्दांतही मांडता येणार नाही आणि ते स्वरांनीही व्यक्त होणार नाही.

त्याशिवाय संगीतासारखा आधार वयाच्या सातव्या वर्षांपासून होताच.

आता प्रश्न होता साथीदाराचा.

संगीतचा. त्याला संगीताचं आकर्षण नाही, पण गणूकाकांबद्दल ओतप्रोत आदर होता. त्याच्या गळ्यात माळ घालताना मनात पहिला विचार आला, मीही गायिकाच, मग माझ्या संसारात संगीत फुलेल का?

ते संगीत फुलणार ह्याचा दिलासा मिळाला. हनिमूनला गेलो तेव्हाच. पहिल्या रात्री त्याने मला गाणं वगैरे म्हणायला लावलं नाही. पण दुसऱ्या की तिसऱ्या दिवशी आम्ही फिरायला गेलो तेव्हा संगीतचा एक मित्र अचानक भेटला.

"लग्नाचा पत्ताही लागून दिला नाहीस?"

"असं कुणी कुणाला म्हणायचं?"

"अरे, सगळीच घाई झाली."

"माझंही तेच झालं."

"बरं, ओळख करून देणार की नाही?"

"डेफिनेटली! ही अनुपमा. आणि हा माझा घाईने लग्न करणारा संगीत."

"ही बागेश्री. आणि बागेश्री, हा माझी डिट्टो कॉपी करणारा माझा दोस्त खेर."

मग एकत्र फिरायला जाताना खेरने विचारलं,

"वहिनी नोकरी करतात का?"

"छे रे बाबा, ती स्वत:ची मालकीण आहे."

"म्हणजे?"

"ही पूर्वाश्रमीची आसावरी ओतूरकर."

"नाव ऐकलंय. ही उत्कृष्ट गायिका आहे."

"करेक्ट. आता योग कधी?"

"मुंबईला जाताक्षणी. एक खासगी मैफल करणार आहे."

"तेव्हा घाई होणार नाही ना?"

"भलतंच!"

"तुमचा काही भरवसा नाही."

"आता घाईची कामं करायला इथं आलोय ना?"

संगीतने खरोखरच घरी दरबार भरवला. स्वत: बैठक तयार केली. माळा लावल्या. श्रोत्यांसाठी गजरे आणले. माझ्यासाठी वेणी आणली. त्याने माझ्यासाठी, म्हणजे घरासाठी माझ्या नावाची पाटीही करून आणली.

"माझं एकटीचंच नाव?"

"राणीसाहेब, फ्लॅट तुमच्या नावावर आहे. आम्ही 'केअर ऑफ'." हे बोलताना नजरेत अपार कौतुकाचा भाव होता.

"आमची काळजी घेणार ना?"

टाचा उंच करून, न बोलता ओठांनी जसं आश्वासन देतात तसं आश्वासन मी दिलं. संगीत बेभान झाला.

मी मनापासून गायले. मित्रमंडळ खूष झालं. मित्रांपैकी कुणा एकाचे वडील कार्यक्रमाला आले होते. ते लायन्स क्लबचे प्रेसिडेंट होते. त्यांनी तिथंच आमंत्रण दिलं.

त्या रात्री संगीतने कौतुक, मिठ्या आणि चुंबनांनी हैराण केलं.

मुंबईच्या एका लायन्स क्लबमध्ये माझं गाणं झालं. लायन्स क्लबच्या प्रथेप्रमाणे संगीतलाही मंचावर बोलावण्यात आलं. प्रथम संगीतच्या एम.बी.ए.च्या डिग्रीपासून सगळी माहिती सांगून, एक पुष्पगुच्छ देऊन त्याचा सत्कार करण्यात आला. फोटो निघाले. नंतर माझा कार्यक्रम.

घर कधी गाठतो असं संगीतला झालं.

"माझ्या आयुष्यातला हा पहिला पुष्पगुच्छ." घरी येताच आमच्या दोघांच्या फोटोजवळ तो गुच्छ ठेवत संगीत म्हणाला.

त्याच्या खांद्यावर मान टेकीत मी शेजारी उभं राहून विचारलं,

"काय वाटलं गुच्छ स्वीकारताना?"

"बापरे, माझे पाय कापत होते."

"ऑडियन्स कौतुकाने पाहत होता."

"तिकडे मी पाहिलंच नाही. तू आणि बाबा कसे काय लोकांकडे बघता कळत नाही."

"होते सवय."

संगीतला सवय झाली. लायन्स क्लबच्या सगळ्या शाखांनी माझ्या कार्यक्रमांचा सपाटाच सुरू केला. ऑडियन्सकडे आता अभिमानाने बघत संगीत पुष्पगुच्छ स्वीकारू लागला. पण सराव झाल्यानंतर तो त्याला कंटाळला. ते स्वाभाविक होतं. गणेशोत्सव, नवरात्र आणि लायन्स क्लब असे पहिल्याच वर्षी वीस

कार्यक्रम झाले. वीस हजारांची प्राप्तीही झाली असावी. एका कार्यक्रमाला जाण्यापूर्वी संगीतने विचारलं,

"मी यायला हवं का? आय ॲम टायर्ड!"

जवळ जात मी विचारलं,"तब्येत ठीक आहे ना?"

"तब्येतीला काय धाड भरलीय?"

"काही व्हायला नकोच आहे. पण तुम्ही इतके चिडलात का?"

"मी चिडलेलो नाही."

"हेही घुश्शात सांगताय."

"मी बेदम कंटाळलोय."

"कार्यक्रमाला कंटाळलात का?"

"ऑफकोर्स! आत्तापर्यंतच्या आयुष्यात इतकं संगीत ऐकलं नव्हतं. एक तर मला त्यातलं काही कळत नाही."

"हळूहळू कळेल."

"मला त्यात इंटरेस्ट नाही."

"नव्या ओळखी होतात."

"होतात ना, हे बागेश्रीचे मिस्टर ह्या शब्दांत."

मी त्यांच्याकडे चमकून पाहिलं. ते त्याच सुरात पुढे म्हणाले,

"बघतेस काय? आत्तापर्यंत हा पंडित गणूकाकांचा मुलगा अशी ओळख आणि आता बागेश्रीचा नवरा. ॲज इफ आय ॲम नो बडी."

"मी तसं कधी म्हणाले का? तुमच्याशी तसं कधी वागले? एक प्रसंग सांगा..."

"मला तशी उदाहरणं नकोत."

"आजच्या दिवस चला."

"सॉरी. तीन तास ते आ... ऊ ऐकायचं आणि नंतर काय तर हे बागेश्रीचे मिस्टर."

"ठीक आहे. मी जाईन एकटी."

"दॅट्स फाइन. आणि इथून पुढे 'मी येणार आहे' असं कुणाला सांगत जाऊ नकोस."

"ठीक आहे."

"घराची किल्ली घेऊन जा. मला उठवू नकोस."

"आणखीन काही?"

"आजची बिदागी बँकेत टाकू नकोस. मला पैसे हवे आहेत."

मीही जरा चिडले.

"कार्यक्रम संपल्याबरोबर मी बँकेत जाणार होते का, रात्री दोन वाजता?"

"दोन वाजणार का?"

"तुम्ही वर्षभर कार्यक्रम ऐकलेत. आवाज मोकळा झाला की खरी बैठक सुरू होते."

“लोक सांगत राहतात, तू चढून जातेस, गात बसतेस. लोकांचं काय जातं? आपण आपला आब ठेवायला हवा.”
“माझ्या करिअरची ही सुरुवात आहे. लोकांच्या मताला थोडी किंमत द्यावी लागते.”
“दहा-पंधरा रुपयांत किती तास गाणं ऐकायचं हे लोकांना कळायला हवं.”
“आपल्याला सातशे-आठशे मिळतात ना?”
“म्हणजे काही प्रचंड रक्कम नाही. जास्तीत जास्त दोन तास गाणं पुष्कळ झालं. साडेबारा-एकपर्यंत तू इथं हवीस.”
“मी शब्द देत नाही.”
घरी यायला दोन वाजले.
“तुम्ही झोपला नाहीत?”
“झोपलो होतो. एक वाजता उठलो.”
“बराय, आम्ही येतो.” सोडण्यासाठी आलेले दोघेजण, त्यापैकी एक म्हणाला.
“वा, असं कसं? कॉफी घेऊन जा, आपलं तसं ठरलं होतं.”
ते नाइलाजाने थांबले. संगीत त्यांच्याशी एक अक्षर बोलला नाही.
“तुम्ही कॉफी घ्याल ना?”
“नको. मी कार्यक्रमाला आलो नव्हतो.”
मी आग्रह केला नाही. कॉफी संपवून ते दोघं गेले. मग संगीतने विचारलं,
“मला कॉफी दिली नाहीस?”
“तुम्ही नको म्हणालात.”
“मला कॉफी हवी का, असं विचारायचं कारणच नव्हतं. पण तुमच्या तिघांचं कॉफी प्यायचं ठरलेलं होतं.”
“ते घरापर्यंत सोडायला आले. तंबोरा घेऊन चार मजले चढून आले. कॉफी द्यायला नको?”
“तुला घरापर्यंत सोडणं ही त्यांची ड्यूटी आहे. उपकार नाही केले त्यांनी.”
“जाऊ दे. तुम्हाला राग आलाय माझ्या कार्यक्रमाचा. काहीतरी निमित्त काढून तुम्हाला भांडायचं आहे. मी मस्त कार्यक्रम करून आले. एखाद्या नवऱ्याने प्रथम कार्यक्रम कसा झाला ते विचारलं असतं.”
“त्यात काय विचारायचं? सुरुवातीला यमन, शेवटी भैरवी. एक भक्तिगीत, एक नाटकातलं गाणं, एखादी ठुमरी.”
“संगीत, बस्स् झालं.”
“माझं बोलणं तुला ऐकवणार नाहीच. रसिकांचे गुलगुलीत शब्द, स्तुतिसुमनं...”
मी कपडे बदलायला गेले. एक उशी आणि चादर घेऊन कोचावर अंग दुमडून

पडले. बाहेरच्या खोलीतला दिवा बंद करण्याची माणुसकी न दाखवता ते निघून गेले.

डोळे जड आणि डोळ्यांवर झोप असतानाच पहाटे त्यांनी मला ओढून बेडरूममध्ये नेलं. हवं ते मिळवलं.

दूधवाल्याच्या कर्कश्श बेलने जाग आली. ते गॅलरीत उभे होते. केव्हा उठले होते कुणास ठाऊक. त्यांनी दार उघडलं नाही. दूधवाल्याने कंटाळून तिसऱ्यांदा बरीच मोठी बेल वाजवली. चरफडत उठले. दूध घेतलं.

"तुम्हाला दूध घेता आलं नाही?"

"आज किती बाटल्या घ्यायचं मला काय माहीत?"

"रोज किती घेतो ते तुम्हाला माहीतच नाही ना?"

"कुणी येणार असेल, कॉफी करायची असेल तर?"

माझं पहाटेचं देणं फुकट गेलं होतं. निव्वळ कलेचा उपमर्द करून त्यांचं भागलं नाही. शारीरिक विटंबनाही माझ्या नशिबी होती. कामावर जाण्यापूर्वी त्यांनी विचारलं,

"कालचे पैसे?"

पाकीट हातात ठेवत मी सहज विचारलं,

"कशासाठी हवेत, बोलला नाहीत?"

"तेही सांगायचं बंधन आहे का?"

मी वाद वाढवला नाही.

कोणतीही मैफल झाली की घरात रागावणं, धुसफसणं, कार्यक्रम ठरवायला आलेल्या माणसांशी न बोलणं, हे प्रकार सुरू झाले. एकदा केव्हातरी त्यांनी स्वत:च्या नावाची पाटी करून आणली. त्या पाटीचा आकार माझ्या पाटीच्या सव्वापट मोठा होता. ती पाटी लावली त्याच दिवशी गणूकाका मुंबईला आले. आमचा संसार पाहायचा म्हणून आले आणि दुसऱ्याच दिवशी परत सांगलीला निघून गेले. सांगलीचा मुक्काम हलवून, तिथलं घर विकून त्यांनी मिरजेला कायम राहायचं ठरवलं. सासूबाई अचानक गेल्या. त्यांचं सांगलीत मन रमेना. आम्ही तेव्हा धावतपळत सांगलीला जाऊन आलो. कार्यक्रम होता म्हणून लगेचच परत आलो होतो. गणूकाकांनी कार्यक्रम कॅन्सल करून दिला नव्हता. गणूकाका प्रथमच आले होते. राहणार होते, पण दोन दिवस संगीत त्यांच्याशी काहीही बोलला नाही. दारावरच्या दोघांच्या नावाच्या पाट्या पाहून गणूकाका हसतहसत म्हणाले,

"दरवाजावर का होईना, माझ्या मुलाने मोठं नाव कमावलं."

संपलं!

तेवढं निमित्त पुरलं. पत्नीवियोगाने एकाकी पडलेल्या गणूकाकांशी तो एक

शब्द बोलला नाही. गणूकाका आले, तसे गेले.

लग्नानंतर दोन वर्षांनी माझा पहाटेचा रियाज बंद झाला. चार-आठ दिवस वाट पाहून, शेजारचे फडतरे एके दिवशी सकाळी सकाळी आले. पहिली पंधरा मिनिटं राजकारण, स्पोर्ट्सवरच्या गप्पा झाल्या. राज्यकर्ते आणि खेळाडू ह्यांना सल्ले देऊन झाले. मी चहाचा ट्रे घेऊन गेले तेव्हा फडतरे म्हणाले,

"तुमचा आवाज हल्ली कानांवर पडत नाही. चुकल्यासारखं वाटतं. सकाळची रेडिओवरची 'मंगल प्रभात' आम्ही दोन वर्षं ऐकलीच नाही. तुमचा रियाज ऐकून मोठं प्रसन्न वाटायचं. आज विचारायचं ठरवून आलो."

"ह्यांना त्रास व्हायला लागला."

"अरे, सरप्रायझिंग! काय हो इनामदार, हे काही पटत नाही आम्हाला. अरे, रियाज करायचा तर आमच्या घरी येऊन करा."

"कार्यक्रम असेल तेव्हा दोन-तीन दिवस करावा. रोज रोज काय गरज आहे?"

"अरे, हे तर टेस्ट मॅच जवळ आली म्हणजे चार-आठ दिवस सराव करावा म्हणण्यासारखं आहे. भारत जाता-येता मार खातो, त्याचं हेच कारण आहे. ते काही नाही. वहिनी, ह्या बाबतीत तुम्ही मिस्टरांचं ऐकू नका."

"ती कोणत्याच बाबतीत ऐकत नाही."

फडतरे नूर पाहून निघून गेले. त्यांची पाठ वळताच संगीत चिडून बोलायला लागला,

"हरामखोर सगळे एकजात. तुला लेका प्रसन्न वाटतं काय? पंचवीस रुपये टाक रोजचे, रियाज ऐकायचे. मग कळेल तुझी रसिकता."

त्याच रात्री संगीतने विचारलं,

"पहाटे उठून जाणार आहेस की रात्रीच झोपायला जाणार आहेस?"

तोपर्यंत तर मी सगळं विसरले होते.

"कशाबद्दल म्हणताय?"

"तो फडतऱ्या रियाज करायला बोलावतोय ना?"

"कार्यक्रम येईल तेव्हा बघू आणि..."

"आणि काय?"

"आता कार्यक्रमही करायचे की नाही तेही बघू."

"ह्या फ्लॅटचे पैसे फिटेपर्यंत कार्यक्रम व्हायलाच पाहिजेत."

संगीतचा हा विचार आणि स्वार्थ पाहून मी प्रथम चिडले. फ्लॅटचे पैसे फेडणं, ही माझी एकटीची जबाबदारी होती का? मी त्याला तरीही शांतपणे विचारलं,

"बिझनेस मॅनेजमेंटवर लेक्चर्स देण्यासाठी तुम्हाला विजया इन्स्टिट्यूटने दहा वेळा विचारलं. तीन हजार रुपये द्यायला तयार आहेत. आठवड्यातून तीन वेळा जायचं. तुम्ही तुमच्या ह्या टॅलन्ट्सचा उपयोग का करत नाही?"

“वीस तास बडबड करायचे तीन हजार आणि तुला एका बैठकीचे हजार हजार मिळतात.”
हिशोबच करायला लागले तेव्हा मी स्पष्ट बोलले,
“तुमच्या क्लासमध्ये जास्तीत जास्त पन्नास विद्यार्थी असतील. माझ्या कार्यक्रमाला हजाराच्यावर ऑडियन्स असतो.”
आवाज चढवीत संगीत म्हणाला,
“फ्लॅट तुझ्या नावावर आहे.”
“तुमचीही पाटी आहे तिथं, माझ्या पाटीपेक्षा ठसठशीत.”
“पिताजींची मुक्ताफळं ऐकली त्या दिवशी.”
मग मी गप्प राहिले. स्वतःचा अपमान पचवता येतो, पण श्रद्धास्थानावरचे हल्ले जास्त जखमा करतात. त्याशिवाय निष्क्रिय आणि गर्विष्ठ माणसाशी जास्त वेळ बोलायची इच्छाच राहत नाही.
संगीत कामावर गेला. मी बेचैन झाले. मी इतकं का बोलले? मला गर्व झाला आहे का? बाबांची लहानपणापासून दिलेली संयमाची शिकवण कुठे गेली? कुणीही कितीही अपमान केली तरी बाबांचा तोल ढळलेला मी पाहिला नव्हता. मग माझा संयम का सुटतो?
मी फार चुकीचं बोलले का? माझ्या कलेची आणि मिळकतीची संगीतला दहशत वाटते का? त्याला संगीताबद्दल आकस आहे, मिळकतीचा लोभ आहे आणि मिळणाऱ्या प्रसिद्धीची दहशत आहे.
हेच होण्यासाठी मी गाणं शिकले का?
मुलीचं आयुष्य असंच असायला हवं का? तिने फक्त मर्जी सांभाळायचं काम करायचं. का? तर संसार टिकावा म्हणून. बायको कमावती आहे. मिळणारा पैसा घरासाठी खर्च करीत आहे. आपण कलावंत आहोत, हा तिला गर्व नाही. तिने आपला पाणउतारा तर सोडाच, पण आपल्याला कधी कमी लेखलेलं नाही. संगीतला आणखी काय हवं होतं?
माझ्यासारख्याच इतर कितीतरी गायिका आहेत. विवाहित आहेत. त्यांच्या संसाराच्या कहाण्या अशाच असतील का? पुरुषांना नक्की काय हवं असतं? फक्त स्त्रीसौख्य?
मग असल्या वृत्तीची माणसं लग्न का करतात? मजेत एकट्याने राहावं. इच्छातृप्तीसाठी बाजार काही ओस पडलेला नाही. पण तसं होणार नाही. ह्या पुरुषांना मोलकरीण, स्वयंपाकीण, शय्यासोबतीण, मैत्रीण, पत्नी आणि पोरांची जबाबदारी उचलणारी एक परिचारिका स्त्री हवी असते. त्याशिवाय ती मिळवती हवी, पण तिला लौकिक नको.

एका बायकोत त्यांना इतकं हवं असतं.

ह्या सगळ्या भूमिकेत मी कोणती भूमिका बजावली नाही? प्रामाणिकपणा असेल अंगात तर ह्यांनी फक्त गतकालाकाडे नजर टाकावी.

मी पैसे मिळवत होते. मिळणारे पैसे त्यांना देत होते. ते घेतच होते. बँकेतला माझा एकटीचा अकाऊंट त्यांनी जॉईंट करून घेतला. कार्यक्रम करून मी रात्री-अपरात्री कितीही वाजता आले तरी सकाळी साडेसहाला चहाचा गरम कप त्यांना अंथरुणापाशी लागायचा.

दिवस गेल्यानंतरचे पहिले चार महिने तर जिणं नकोसं झालं होतं. उलट्यांनी जीव हैराण झाला होता. पाठीच्या कण्यातून एखादी नागीण सळसळत जावी, तशी अवस्था व्हायची. प्रत्येक दोन मणक्यांमधून वाट काढून पाठीला भोक पाडून ती नागीण बाहेर येत आहे, असं वाटायचं. त्या काळात तर संगीतने एकदाही पाठीवरून हात फिरवला नाही. चहाचा तयार कपही दिला नाही. हॉस्टेलमध्ये आयुष्य गेल्यामुळे त्याला काही करता येत नव्हतं म्हणे! म्हणजे प्रेम करता येत होतं, पण माया करता येत नव्हती. बाभळीलासुद्धा पिवळी पिवळी फुलं येतात. पण...

मला त्या काळात जेव्हा गाणंही म्हणावंसं वाटेना, तेव्हा मी घाबरले. एक संगीतवैरी माझ्या गर्भात मीच वाढवत आहे की काय? मग मी अट्टहासाने पुन्हा पहाटेचा रियाज सुरू केला. कार्यक्रम मात्र बंद केले. बेढब होत जाणाऱ्या शरीराने मंचावर जायला काहीतरीच वाटणार, तेव्हा ते नकोच. आवक बंद झाली. बारीकसारीक कुरबुरी सुरू झाल्या. मग घरातल्या घरात शिकवण्या कराव्यात असं वाटू लागलं. ह्यांनी लगेच परवानगी दिली. पैसे मिळणार होते. तेही गाणं ऐकावं न लागता.

बाळंतपणासाठी मी माहेरी आले तेव्हा सगळ्या परिस्थितीचा अंदाज येऊन बाबांनी खूप उपदेश केला. बाबांच्या उपदेशात सामर्थ्य असायचं. ती निव्वळ लेक्चरबाजी नसायची. ते एकेक विधान करीत. विधान त्यांनी करायचं. विचार ऐकणाऱ्याने करायचा. स्वतःचा विचार लादणं आणि समोरच्या माणसाला स्वतःला विचार करायला लावणं ह्यातला फरक ते जाणत होते. त्यांच्याशी चर्चा करायला बळ यायचं आणि चर्चा संपली की शांत वाटायचं. ते पुन्हा म्हणायचे, "ही शक्ती तुमच्या स्वतःच्या विचारांची आहे. तिचे तुम्ही मालक आहात. आता ही शक्ती कायम तुमच्याजवळ राहील. संपूर्ण मार्ग, निर्णय आणि कृतीसकट दाखवणं म्हणजे दुसऱ्याचं जड सामान सतत आपण बाळगणं. आणि त्याला स्वतःलाच विचार करायला शिकवणं म्हणजे स्वतःचं सामान स्वतः उचलण्याची त्याची शक्ती वाढवणं. 'सगळं माझ्यावर सोपव' असा

सांगणारा सल्लागार फार डेंजरस. तो आपलं पांगळेपण वाढवतो.''

आशिशचा जन्म आणि माझा पुनर्जन्म होऊन मी मुंबईला परतले. संगीत आशिशमध्ये रमायला लागला. माझ्याशीही चांगलं वागायला लागला. स्वार्थी माणसांना आपलं कुणावाचून, कशावाचून अडतं, हे फार लवकर समजतं. काही दिवस चांगले गेले. आशिश एक वर्षाचा झाला. हळूहळू मला जाणवायला लागलं की संगीतचं आशिशवर जिवापाड प्रेम आहे खरं, पण तोही संगीतच्या आनंदाचा, विरंगुळ्याचा भाग आहे. त्यात संगोपन आणि शुश्रूषा ह्याचा समावेश नव्हता. ताप आलेल्या आशिशला मांडीवर घेऊन मी ओळीने तीन रात्री जागवल्या आणि हा पठ्ठ्या बायको आपल्याला मिळणार नाही, हा अंदाज आला की झोपून जायचा. संगीत रात्री जागा झाला तरी आशिशला थोपटतही नसे. त्याच्या रडण्याने जाग येऊन मी त्याला जवळ घेऊन, जागत असे. बायको जशी करमणुकीची आणि गरजेची वस्तू होती, त्याप्रमाणे आशिश ही त्याची करमणूक होती.

सिगारेट आणि मूल ह्यात फरक नव्हता. अशा परिस्थितीत मी कार्यक्रम करणं शक्यच नव्हतं.

संगीतच्या ह्या वृत्तीबाबत, मी बाबांशिवाय कुणाशी बोलणार? मी त्यांना पत्र लिहिलं. आशिशचा फोटोही पाठवला. बाबांनी लिहिलं,

'किंमत न मोजता मौज करायला मिळावी, हा एक नवा मानवधर्म उदयाला येत आहे. 'कष्टाशिवाय उत्तर' ह्याचं पटकन् आठवणारं उत्तर म्हण किंवा उदाहरण म्हण, ते म्हणजे कॅलक्युलेटर्स. हे यंत्र नव्हे. ही वृत्ती. ममत्व असलं म्हणजे सेवा आली. सेवा म्हणजे कष्ट. कष्ट म्हणजे त्याग. तेव्हा सुखाचा त्याग करायचा नसेल तर 'ममत्व' बाळगायचं नाही.'

उत्तर मिळालं.

उत्तर मिळेपर्यंत 'हे असं का?' -ह्याचा शोध तुम्हाला थकवतो आणि त्या 'असं का?'चं उत्तर मिळालं की पायाखालची वाट स्पष्ट होते. तरीही, नुसती वाट स्पष्ट दिसून प्रवासाचा शीण संपतो का?

मी स्थिर झाले, इतकं नक्की. वाटच माहीत नसली की प्रवासाची तयारी कशी, किती करायची, हा अंदाज येत नाही. ती कल्पना बाबांच्या पत्राने आली. माझ्या ह्या प्रवासात आता संयम, स्वावलंबन आणि ह्या दोन्हींचं सातत्य, हे डाग जपायला हवेत. संगीतला केव्हातरी जाणीव होईल, ह्या अपेक्षेचं ओझं आता प्रवासभर बाळगायला नको.

कार्यक्रमांची वाट बंद झाल्यावर मी शिकवण्या करायचं ठरवलं. ह्यांची ना नव्हतीच. मी मग एक कायमचा तबलजी मिळवला. आणखी एक तंबोरा घेतला. मुलं आणि मुली मिळाल्या. रोज वेळ चांगला जाऊ लागला.

संगीत जेव्हा अधूनमधून रजेवर असायचा, तेव्हाही आशिशकडे बघत नसे. त्याला खेळवणं, हा त्याचा करमणुकीचा भाग असल्याने, ती करमणूक संपली की तो त्याला बैठकीत सोडत असे. आशिश हार्मोनियमच्या भात्यात हात घालायचा किंवा भात्याला ठेवलेल्या भोकांमधून बोटं घालायचा. शिकवणीच्या वेळीही संगीत मला मध्येच हाक मारून चहा करायला लावीत असे.

अशाच एके दिवशी तो गप्प गप्प होता. स्वत:चा मोठेपणा सांगण्यासाठीही तो तोंड उघडायचा. तेव्हा म्हटलं, आज नक्की काहीतरी बिनसलं आहे. संगीतला त्याच्या वर्तुळात खूपच मान होता. त्याच्या एक-दोन भाषणांची इंग्रजी पेपर्सनी पण दखल घेतली होती. पण जिथं तिथं त्याची अरेरावी वृत्ती नडायची. समोरचा माणूस आपल्यासमोर वाकायलाच जन्माला आलाय, हा सतत दृष्टिकोन.

"आज गप्प का?"

"तसाच प्रॉब्लेम आहे."

"मग मोकळेपणी बोला की!"

"काय बोलणार? उपयोग काय?"

मी गप्प राहिले. आता पुढचे प्रश्न मी विचारलेच नाहीत, तर आपल्याला काहीच सांगता येणार नाही, हे त्याने ओळखलं. मग त्याने दीर्घ उसासे टाकायला प्रारंभ केला. गेले काही दिवस त्याने हे नवं तंत्र वापरायला प्रारंभ केला होता. एखादी गोष्ट मनाविरुद्ध घडली की तो लांब लांब सुस्कारे सोडत असे. दुर्लक्ष करणं अशक्य व्हावं इतकी तो तडफड करीत राही. तरीही मी आज लक्ष देणार नव्हते. आपण होऊन सांगायचा कमीपणा पत्करायचा नाही, म्हणून संगीतने वेगळा पवित्रा घेतला.

"मला उद्या लवकर उठवायचं नाही."

तरी मी गप्प.

"मी कामावर जाणार नाही."

मी शांत.

"मी महिन्याची रजा घेऊन बसलो आणि घोटाळा झाला. प्रथम लक्षात आलं नाही."

"कसला घोटाळा?" गप्प बसण्याचा अतिरेक वाटेल म्हणून मी विचारलं.

"महिनाभर काय करू?"

"रेस्ट घ्यायची."

"घरात गाण्याचा गोंधळ चालणार."

"अगोदर बोलला असतात तर विद्यार्थ्यांना रजा दिली असती. महिन्याची रजा घ्यायची, हे काही तुम्ही रातोरात ठरवलेलं नाही."

ते गप्प.

"तुमचे प्लॅन्सही तुम्ही मला कळू देत नाही. त्यामागचं कारण मला समजतंय. परिस्थिती सतत अनिश्चित ठेवायची. बिझनेस मॅनेजमेंटवर लेक्चर्स घेता, त्यात कम्युनिकेशन नावाचा विषय आहे म्हणे. तुम्हीच मागे सांगितलं होतं, म्हणून विचारते. माझ्यापासून लपवण्यासारखं काही कारण होतं का?"

रजा घेऊन काय करायचं हे संगीतने ठरवलेलं होतं. त्याने एक व्हिडीओ भाड्याने आणला. माझी शिवकणी सुरू झाली की तो मोठ्या आवाजात व्हिडीओ लावू लागला. जाता-येता मधलं दार उघडं ठेवू लागला. चहासाठी उठवणं, बेल वाजली तरी दार उघडण्यासाठी न उठणं, आशिशला टीव्ही बघू न देता बाहेर पिटाळणं...

काय काय सांगणार?

ह्या सगळ्याचा अर्थ एकच होता. गायिका म्हणून मी जगू नये. मग मी अट्टहास धरला नाही. तबला, पेटी, तंबोरे सगळं मीच विकलं.

मी इतकी का बिथरले?

कलकत्याच्या महाराष्ट्र मंडळाचं खूप आग्रहाचं आमंत्रण आलं. सोबत गणूकाकांचं पत्र. जाण्या-येण्याचा विमानाचा खर्च त्यांनी देऊ केला, पण फक्त माझ्या एकटीचा. साथीदार कलकत्त्याचेच होते. कलकत्त्याला जाताना हे काही बोलले नाहीत. मी कार्यक्रम करून परत आले. त्या रात्री संगीत काही बोलला नाही. त्याने जेव्हा व्हिस्कीची बाटली काढली, तेव्हा मी चरकले. माझी मैफलीची नशा मला बिघडवायची नव्हती. मी न जेवता झोपले. जाग कशी यावी?

माझे केस धरून संगीत माझं डोकं उशीवर आपटत होता. तयार ठेवलेलं जेवण त्याला हाताने घ्यायचं नव्हतं. ज्या तऱ्हेने त्याने मला उठवलं त्याचा दोष मद्यपानाकडे किती टक्के आणि वृत्तीकडे किती, ह्या विचारात मी रात्र घालवली.

संगीताचा निरोप घ्यायचा विचार मी बाबांना कळवला. मी त्यांना कळवलं, 'आत्महत्या वाईट की खून होणं वाईट? मला वाटतं, खून वाईट. आत्महत्या स्वीकारली जाते, खून लादला जातो.'

बाबांनी कळवलं,

'आत्मघात ही भावना अहंकार सुचवते. त्या कुणा शक्तीने प्रकट होण्यासाठी तुझ्या आयुष्यातील काही वर्षं वापरली. त्या शक्तीचं तुझ्यापुरतं कार्य संपलं. तरीही, ती शक्ती तुझा त्याग करून गेलेली नाही. उर्वरित आयुष्यात ती वेगळ्या रूपात तुझ्यामध्ये वावरणार आहे. त्या हेतूचा मागोवा घेण्यात तुला यश मिळू दे.'

ह्यातलं वपुंना किती सांगणार? - कसं आणि त्याहीपेक्षा का सांगायचं? त्यापेक्षा मी बागेश्री इनामदार नाही, हे सांगणं सोपं नाही का?

चेहरे आणि आडनावं ह्यांत माझी हमखास गल्लत होते, तरीही समोरची व्यक्ती बागेश्री हे मनातून जाईना.

पुण्याला गाडी जरा जास्त वेळ थांबते. गाडीची गती आणि तालबद्ध खडखडाट, दोन्ही मानसिक पातळीवर मान्य केलं की दोन्हींचा उपद्रव होण्याऐवजी उपाय होतो आणि झोप येते. गाडीबरोबर मनाने घेतलेली गती विरायच्या आत, गाडी दहा ठिकाणी थांबून पुन्हा सुटली तर झोपेत व्यत्यय येत नाही. किती स्टेशनं आली-गेली कळत नाही. ह्याउलट सगळ्या शरीरभर भिनलेली गती आणि नाद विरेपर्यंत जर गाडी थांबली तर जाग हमखास येते. पुण्याला गाडी खूप वेळ थांबते. म्हणून जाग येते.

तशी ती आली. समोर बागेश्री मुलीला मांडीवर घेऊन बसली होती. तिचा नवरा वरच्या बर्थवर गाढ झोपला होता. मी तिच्याकडे निरखून पाहत म्हणालो,

"तुम्ही त्याच बागेश्री इनामदार आहात."

ती काही बोलणार इतक्यात वरच्या बर्थवरून तिचा नवरा खाली उतरला.

"जागे होतात ना?"

"मला प्रवासात झोप येत नाही."

"मग हिला का नाही थोडा वेळ घेतलंत?"

तिच्या प्रश्नाचं उत्तर टाळून तो मला म्हणाला,

"ती कबूल करणार नाही. मी सांगतो, हीच ती बागेश्री."

"भले ! तुम्हाला काय वाटलं, मी लगेच तुम्हाला एखादं गाणं म्हणायला लावीन?"

ती काहीच बोलली नाही. मग मी त्याला विचारलं,

"म्हणजे तू गणूकाकांचा संगीत?"

तो हसला.

"मी तुला ओळखलं नाही."

"काका, मला कुणीच ओळखत नाही."

"तू कायम हॉस्टेलवर होतास."

मोकळेपणी हसत तो म्हणाला, "मी गंमतीने म्हणालो."

"तुमच्या गंमती चांगल्या आहेत. ह्या 'ती मी नव्हेच' म्हणतात आणि तुम्ही..."

"तुम्ही आमच्या गणूकाकांचे स्नेही आहात, ते तिला माहीत नाही."

"पण नसलो तरी असं का करायचं?"

"कलावंत लहरी असतात ना? काका, वन फाइन मॉर्निंग, हिने तबला, तंबोरा, पेटी सगळं विकून टाकलं."

"रिअली?"

"हिलाच विचारा."
"तुम्ही गाणं सोडलंत?"
"म्हटलं तर हो."
"दॅट्स इट. म्हणजे हे तात्पुरतं आहे. पण तरीही सांगतो, फार मोठी गॅपही बरी नाही."
"ही गॅप नाहीच. मी गाण्याबद्दल खूप विचार करतेय."
"स्टाईल बदलायचा खटाटोप..."
"मुळात मी इतकी मोठी गायिका नाही. तेव्हा..."
ती गप्प झाली. तिने संगीतकडे पाहिलं. तो घाईघाईने म्हणाला,
"एकदा मोकळेपणी काय ते सांगून टाक. माझ्याजवळ नाही बोलत ते ठीक आहे. त्यांना सांग. मिरजेला गेल्यावर मला गणूकाकांना तोंड द्यायचंच आहे."
तिने शांत स्वरात विचारलं,
"कशाबद्दल?"
"तुझं गाणं थांबलं, त्याबद्दल ते मला जबाबदार धरणार. त्याचं काय?"
ती हसत म्हणाली,
"मी उत्तर द्यायला असताना तुम्ही का विचार करताय?"
संगीतने खांदे उडवले. माझ्याकडे पाहिलं. मला मूळ विषय हवा होता.
"गाणं सोडलंत का?"
"सोडलं नाही, पण मी आता कार्यक्रम बंद केले."
"कार्यक्रम बंद केले. शिकवण्या थांबवल्या. अहो, फार कशाला, घरातल्या घरात गुणगुणतसुद्धा नाही." संगीत तावातावाने म्हणाला.
"नवरा भरभक्कम पैसे मिळवतोय, मग कशाला गायचं?" बागेश्री खोडसाळपणे म्हणाली.
त्या क्षणी,'मनी इज अ बायप्रॉडक्ट' असं आवर्जून सांगणाऱ्या डॉक्टर श्रीखंड्यांची आठवण होऊन मी म्हणालो,
"तुम्ही पैशासाठी गात होतात?"
माझा प्रश्न उलटवीत तिने विचारलं,"तुम्ही पैशासाठी लेखन करता का?"
"नियतीने तशी पाळी माझ्यावर आणली तर मी मरण पत्करीन. आत्तापर्यंत तरी मी तसं केलं नाही. एखादी कथा फसते. नाही असं नाही. कलानिर्मिती म्हणजे काही लक्स किंवा लिरिलसारख्या साबणाच्या वड्या नाहीत. एकच आकार, तेवढंच वजन आणि सारखा फेस असं नसतं. आविष्काराच्या त्या वेगवेगळ्या प्रतिमा असतात. पण वाचक आणि काही पोटार्थी पत्रकार तुमचे वाभाडे काढायला टपलेले असतात. एखादा प्रयत्न फसला तर लेखन बंद

करा, असा सल्ला देतात.''

मी माझी पोटतिडीक सांगितली.

''वाचकांचं तुमच्यावर प्रेम असतं.''

''प्रेमाची भाषा कोणतंही समर्थन मागत नाही. अशा माणसांची नाराजीसुद्धा किती कोमल रूप धारण करते तेही मी पाहिलंय. दयार्द्र मनच जेव्हा कठोर टीका करतं तेव्हा अशा टीकाकारांसमोर आपल्यालाही नम्र व्हावंसं वाटतं.''

''एक विचारू का?''

''जरूर.''

''तुम्हाला जेव्हा एखादी कल्पना सुचते, तेव्हा तिच्यात फार सबस्टन्स नाही, असं जाणवत नाही का?''

बागेश्रीच्या ह्या प्रश्नावर मला खूप मोकळं व्हावंसं वाटू लागलं. ती मुलाखत नव्हती. हितगुज होतं. सगळ्या प्रेरणा आणि प्रेरकशक्तीचा एकत्र येऊन घेतलेला शोध आहे, असं वाटू लागलं. मुख्य म्हणजे मी जे जे गाभ्यापासून बोलेन ते ते टिपलं जाईल ह्याची हमी होती. ऐकणाऱ्याच्या मनाच्या आणि बौद्धिक क्षमतेच्या विशालतेची ग्वाही मिळाल्याशिवाय शब्दांना पालवी फुटत नाही. बोलू शकणारा सोनेरी पिंजऱ्यातला पोपट आणि नजरेत न येणारा कोकीळा ह्यांच्या बोलीत फरक असतो. बागेश्रीसारख्या कलावंताशी चर्चा करताना अनुभूतीशी संवाद झाल्यासारखा वाटतो. अशा चर्चेत सनसनाटीपणा हेरण्याची आसुरी पत्रकारी इच्छा नसते. त्या अद्भुताशी नातं जडण्याची जी प्रोसेस जाणवते, त्यातलं साम्य शोधण्याची तळमळ असते. अशी एखादी व्यक्ती भेटणं आणि केसांची झुलपं कुरवाळीत, गोंडस, निष्पाप हसणारा एखादा पत्रकार भेटणं ह्यात फरक असतो. अशी खरीखुरी निर्व्याज व्यक्ती भेटली की तिच्या नावात 'धीर' नसला तरी आपल्याला बोलताना 'धीर' येतो. आता जी चर्चा होईल ती कोरली जाईल किंवा विस्मृतीत जाईल. शब्द फिरवून छापली जाणार नाही.

''माझा प्रश्न आवडला नसेल तर सोडून द्या.''

''प्रश्न नक्की आवडला.''

''मग?''

''तुमच्या प्रश्नाला एक पॅरलल् प्रश्न मनात आला, म्हणून जरा थांबलो.''

''तुमचा प्रश्न ऐकायला मला नक्की आवडेल. पण त्याआधी मला उत्तर हवं आहे.''

''काहीतरी सुचणं आणि सुचलेलं खोडून टाकणं, हे तर सतत चालू असतं. फुली मारून फेकून दिलेल्या कित्येक कल्पना तुम्हाला सगळ्या लेखकांच्या मनोभूमीत सापडतील. पण त्यातूनही एखादी कल्पना सुवर्णमृगाचं रूप घेऊन

येते. प्रभू रामचंद्र फसतात, तिथं आमचं काय?''
''राम फसला नाही.''
''ते मीही जाणतो. एका महान यज्ञाचा तो प्रारंभ होता. सामान्य माणूस फसतोच. मोहाचा क्षण सुवर्णासारखा चकाकतो, इतकंच. एखादी कलाकृती फसते एवढाच त्याचा अर्थ.''
''तुमचा प्रश्न राहिला.''
''तुम्ही रियाज करताना चांगलं गाता की मैफलीत?''
''रियाज करताना.''
''आता हे अगदी नेमक्या शब्दांत सांगू शकाल?''
''अगदी नेमकेपणाने सांगू शकेन. मी कीर्तनकाराच्या घराण्यात जन्म घेतलाय.''
इतकं बोलून ती स्वत:शी हसली.
''काय झालं?''
''माझ्या बाबांना हे वाक्य आवडलं नसतं. मला कीर्तनकाराच्या घरात जन्म आला, असं मी म्हणायला हवं. म्हणूनच नेमकेपणाची पालखी. तिथं भोईपद माझ्याकडे आपोआप आलं. मी फरक सांगू शकते. भावरूपाला शब्दाकार देणं जमतं. निरुपणाचं सामर्थ्य घराण्याकडून मिळालंय ना!''
मी उत्सुकतेने ऐकायला सिद्ध झालो. ती आत्मविश्वासाने म्हणाली,
''रियाज स्वत:साठी असतो. चालून आलेल्या पायवाटेचा तो शोध असतो. शोध एका क्षणात लागत नाही. अनेक प्रयोगांपैकी एखादा सिद्ध होतो. तो सिद्ध होणारा क्षण सापडेपर्यंत आपण त्या शोधाच्या सान्निध्यात असतो. त्या झपाटणाऱ्या वेडाचा सहवास हेच संगीत. रियाज म्हणजे नामस्मरण. कार्यक्रम म्हणजे आरती. आरतीला अनेक येतात. त्यांचे उद्देशही वेगळे असतात. आरतीमध्ये देहभान हरपणारे फार थोडे. आरती म्हणणाराही प्रत्येक वेळी हरवतो असं नाही. नामस्मरण केवळ स्वत:साठी असतं. नामजप करणारेही आपणच. ऐकणारे आपण. मीच गायक, मीच श्रोता. मीच माझ्यावर नाराज व्हायचं, मीच खूष व्हायचं. खूष होण्याचे क्षण कमी असतात. कारण स्वत:ला प्रसन्न करणं फार अवघड असतं. प्रत्येक वेळी तुमच्यापेक्षा उंच शिखर तुम्हाला खुणावतं. मैफलीत तसं नसतं. तुम्ही जीव ओतून गायलात तरी ऐकणाऱ्याला सगळं गाणं ऐकू जात नाही. प्रत्येकाला वैयक्तिक कुवतीप्रमाणे स्वरांची ओळख झालेली असते. तेवढंच गाणं त्याच्यापर्यंत पोहोचतं. तर रसिकांची उंची अफाट असते. तिथं आपल्याला जाता येत नाही. मग जशी टीका सहन होत नाही, तशी नावाजणीही पेलत नाही. मैफल तुमच्या मालकीची नसते. तिचं

यशापयश अनेकांच्या स्वाधीन असतं. मैफल संपूर्ण यशस्वी झाली तरीही, काही जागा लोकांना हेरताच आल्या नाहीत, हे मागं उरतंच. हे जेव्हा जाणवलं तेव्हा ठरवलं, स्वत:साठी गायचं. आता मी चोवीस तास गातच असते. गाणी थांबत नाहीत.''

''कलेचा धर्म प्रकट होणं हाच असतो ना?''

''हे मान्य. पण प्रकट होणारी प्रत्येक गोष्ट, कलाकृती म्हणावी, इतक्या तोडीची नसते.''

''कबूल. पण तेही प्रकट झाल्यावरच समजतं. इतर लेखकांच्या बाबतीत मी बोलू शकणार नाही. मी माझ्या धारणेनुसार सांगतो. परमेश्वर नाना रूपांत वावरतो. पृथ्वीतलावरील प्रत्येक जीव हे त्याचं अस्तित्व. ती त्याची वेगवेगळी रूपं लेखणीत पकडण्याचा आमचा प्रयत्न चालतो. कधीकधी तो सापडतो. पुष्कळदा निसटून जातो. काही कथा जमतात, काही फसतात. वास्तवतेला एकच रूप असतं. कलाकृतीला असंख्य रूपं. तुम्ही तुमची कलेची व्याख्या सांगाल का?''

''भक्तीचं, आराधनेचं बदललेलं रूप म्हणजे कला. भक्ती स्वत:साठी असते. सगळे संत वेडेपिसे झाले होते, ते स्वत:साठी. त्यांचं भजन, कीर्तन, साधना सगळं स्वत:साठी होतं. ते जास्तीत जास्त निसर्गाजवळ जात होते. विजनवासात रमत होते. निसर्गातली प्रत्येक गोष्ट स्वत:साठी फुलते. निर्मनुष्य अरण्यात फुलं फुलतात. झरे वाहतात. पक्षी विहरतात. तशी मी आता आत्मरती होत चालले आहे. पररती आणि आत्मरती ह्यातला भेद तुम्ही जाणता.''

''ह्या भूमिकेने समाधान होतं?''

''तो वृत्तीचा भाग आहे. समाधान, तृप्ती ह्या पूर्ण होणाऱ्या भावना आहेत, असं मानलं तर तो प्रवास अतृप्तीच्याच मुक्कामावर संपतो. रेल्वेचे रूळ कधीही एकमेकांना भेटणार नाहीत, हे नक्की, म्हणूनच आपण तो बिंदू कधीही शोधणार नाही. त्याप्रमाणे, ह्या भावनांना अंत नाही, ही खूणगाठ पक्की झाल्याशिवाय पळापळ थांबत नाही. पररतीमागे पळणारा कधी स्थिरावलाय? निसर्गनिर्मित प्रत्येक गोष्ट आत्मरतीचं उदाहरण आहे. त्याच निसर्गाचं तुम्ही अनुकरण केलंत तर साद, प्रतिसाद, कौतुक, प्रसिद्धी, लौकिक, सगळं सामान्य पातळीवरचं वाटतं. तुम्ही स्वत: संगीतमय होऊन जाता. गणूकाकांनी माझं नाव बागेश्री ठेवलं. मी अंतर्बाह्य तशी बहरलेली आहे.''

स्वागत करताना गणूकाकांनी विचारलं,

''कोणती सेवा करू?''

"सेवा नको, काम करा एक."
"सेवा शब्द खटकतो का?"
"तुमच्या बाबतीत नाही. पण ज्यांना प्रत्यक्ष काम करायचं नसतं ती इतर माणसं 'सेवा' शब्द वापरतात."
टाळी देत गणूकाका म्हणाले,
"काम सांगा, ते करू."
"बागेश्रीचं गाणं ऐकवा."
गणूकाका पटकन् म्हणाले,
"उद्या सकाळी तिची बैठक ऐकायला या."
"खरं सांगताय? बागेश्री गाणार?"
गणूकाकांनी मान हलवली.
"तिने मान्य केलं?"
"मीच तिचा कार्यक्रम ठरवलाय. आज रियाज करायला लावणार तिला."
"नवल आहे. मला प्रवासात बोलली नाही."
"आपली मैत्री आहे, हे माहीत असूनही तिने ते दर्शवलं नाही ना?"
"करेक्ट!"
"गणूकाका सिरीयस, स्टार्ट' अशी मी तार केली, म्हणून सगळे आले, गाणं ठरवलंय म्हटल्यावर ती आलीच नसती, हे मला माहीत होतं."
"शी इज टोट्ली चेंज्ड. चेंज म्हणण्यापेक्षा ट्रॅन्स्फॉर्मेशन."
गणूकाका गंभीर होत म्हणाले,
"गुंतागुंत नाजूक आहे, अवघड आहे, पण तो सगळा मामला मिटवायचा आहे. खूप दिवस गप्प राहिलो."
मी नुसता बघत राहिलो.
"प्रवासात तुमचं बोलणं झालं ना?"
"झालं, पण बरं वाटलं नाही. बागेश्रीने गाणं थांबवलेलं तुमच्या संगीतलाही आवडलं नाही."
"ही इज पक्का हिपोक्रिट! काय, शॉक बसला ना ऐकून? बागेश्रीवर गाणं बंद करण्याची वेळ कुणी आणली, हे तो प्रामाणिकपणे सांगेल का? ही इज अ कॉवर्ड! बापाचं गाणं बंद करायची हिंमत होत नाही आणि ती त्याची गरजही नाही. बायकोला थांबवता येतं."
"पण का?"
"इगो! पुरुषी अहंकार."
"व्हेरी सॅड."

"बागेश्री एक्स्ट्रॉऑर्डिनरी आहे. ती किती उंची गाठू शकते हा अंदाज आल्यावर संगीत बिथरला. कोणत्याही ऑर्केस्ट्रात गाण्याइतपतच ती असती तर आमचा पोरगा गप्प बसला असता."

"मला हे अजून समजूच शकत नाही."

"हे फार नॉर्मल आहे. अलौकिक कॅलिबरची गोष्ट सोडाच, पण चारचौघांच्या मेळाव्यात एखादी बाई नवऱ्यापेक्षा जास्त चातुर्याने, हिरिरीने वादविवाद करू शकली तर तेवढ्या कारणाने आदळआपट करणारे पुरुष, घरोघरी सापडतील."

"पण का?"

"तेवढ्याने त्यांच्या अस्तित्वालाच हादरे बसतात."

"स्वतःची कॅलिबर वाढवू नका, असं त्यांना कुणी सांगितलं आहे का?"

"म्हणजे कष्ट आले. स्वास्थ्याला चिमटा बसतो. त्यापेक्षा आवाज बंद करणं सोपं असतं. ही अशी माणसं भेदरलेली असतात. निष्क्रिय असतात. निष्क्रिय आणि अरेरावी हे कॉंबिनेशन अतिघातक. आज समजूत घालण्याचा प्रयत्न करणार. नाहीतर..."

गणूकाक थांबले. जरा अस्वस्थ झाले. मी उतावीळपणे विचारलं, "नाहीतर काय?"

"त्याला सांगणार, बागेश्री आणि नातवंडं आता माझ्याजवळ राहतील. इतकी गुणवान पत्नी मिळवण्याची तुझी पात्रता नाही."

"बागेश्रीला पटेल?"

"मी आत्ता काही सांगू शकत नाही. करिअर की संसार हा प्रश्न कायम बायकांनीच का सोडवायचा मला कळत नाही. संसाराने व्यक्ती विकसित व्हायला हवी. तसं होत नाही. तिचा बळीच जातो. ही पोरगी सगळ्या टॅलण्ट्सची आहुती देऊन, कोणत्या बळावर उभी आहे, हे तिच्याकडून काढून घेतलं पाहिजे. तिने हा निर्णय का घेतला, पाहायला हवं. बोलेल की नाही कोण जाणे!"

"अशा माणसांना उदंड प्रेम करून जिंकता येतं. तुम्हाला ती का सांगणार नाही?"

"कीर्तनकाराची पोरगी आहे. परंपरा मोठी आहे. नवऱ्याच्या विरुद्ध जाईल न जाईल, कसं सांगावं? बघू काय म्हणते. माझं तिला पटलं तरीसुद्धा त्याची किंमत जबर आहे ना?"

गणूकाकांच्या डोळ्यांत बघता-बघता पाणी आलं. मी त्यांच्या खांद्यावर थोपटल्यासारखं केलं आणि बाहेर पडलो.

कॉलेजातला माझा कार्यक्रम मी संपवला. रात्री अशाच एका मित्राकडे मी जेवायला गेलो. सकाळी बागेश्रीच्या कार्यक्रमाला, नियोजित स्थळी गेलो, तर हॉलच्या बाहेर एक फलक.

'काही अपरिहार्य कारणामुळे आज सौ.बागेश्री इनामदारांचा कार्यक्रम स्थगित करण्यात आला आहे.'

त्या पाटीकडे मी सुन्नपणे पाहत उभा राहिलो. आता पुन्हा गणूकाकांकडे जावंसं वाटेना. धीरच नव्हता. हॉटेलवर आलो. सामान घेतलं. एसटी स्टँडवर आलो. मिळेल त्या एसटीने कोल्हापूर गाठणार होतो. स्टँडवरच्या पेपर स्टॉलकडे सवयीने नजर गेली.

ठळक अक्षरांतल्या एका बातमीपाशी नजर रेंगाळली...

'डॉ. शृंगारपुरे ह्यांचा मारेकरी सापडला.'

विषण्णपणे हसलो. मनातल्या मनात म्हणालो,'हत्या अनेक प्रकारची असते. सगळेच मारेकरी सापडत नाहीत आणि जे सापडतात त्यांना शिक्षा होऊ शकत नाही.'

✣✣✣

प्रतीक

नित्यानंद महाराजांना खाली वाकून नमस्कार करून ती नम्र भावाने उभी राहिली.
"कोणता आशीर्वाद देऊ?"
"संसारात यशस्वी होईन, असा आशीर्वाद द्या."
"गुरूलाच संकटात टाकलंस? छान!"
सुजाता स्वामींकडे पाहत राहिली. महाराज,स्वामी,योगीराज वगैरे पंथांकडे वळण्याचं तिचं वय नव्हतं. स्वत: लिमये पण त्या पंथातले नव्हते. ॲटॉमिक एनर्जीसारख्या ऑफिसमध्ये इंजिनिअर म्हणून मोठ्या पदावर सत्तावीस वर्षं काम केल्यावर बुद्धिवादी, विज्ञाननिष्ठ माणूस भक्तिमार्ग, अध्यात्म इकडे वळणं मुश्कील.
नित्यानंद महाराज हे त्या अर्थाने महाराज वगैरे आहेत हे लिमयांना माहीतही नव्हतं. पांढरी स्वच्छ सुरवार, तसाच झब्बा आणि छातीवर लोळणारी पांढरीशुभ्र दाढी, पण गळ्यात माळा वगैरे नाहीत. असा रुबाबदार माणूस डेक्कन क्वीनमध्ये पहिल्या वर्गाच्या डब्यात भेटला आणि हातात 'इंडिया टुडे'चा अंक दिसला तर त्याला महाराज कोण म्हणेल? लिमयांच्या शेजारच्या सीटवरच तो बसला. हातातल्या अंकांच्या देवाणघेवाणीने परिचय झाला.
लोणावळ्याला सहा-सात मंडळी डब्यात घुसली आणि त्यांच्यापैकी जवळपास प्रत्येकाने त्या माणसाला हार घातले. ते लिमयांनी पाहिलं.
"प्रवचनाचा लाभ कधी देणार?"
"एका अटीवर. हार, पुष्पगुच्छ ह्यासारखे सोहळे नकोत, तर येईन."
"पण..."
"नावाचा जयजयकार वगैरे काही नको. नित्यानंद हे माझं आईवडिलांनी ठेवलेलं नाव आहे. मी घेतलेलं नव्हे. गोसावी हे माझं आडनाव. तेही पहिल्यापासूनचं. नव्हे माझ्या जन्मापूर्वीपासूनचं. चार साध्या वक्त्यांप्रमाणे मी येईन. कार्यक्रमाची जाहिरात वगैरे करणार असाल तर माझ्या नावामागे 'पूज्य' वगैरे विशेषणं नकोत आणि आता हे आणलेले हार घेऊन जा."
तोपर्यंत गाडी हलली. मग साहजिकच लिमयांची आणि नित्यानंदांची ओळख झाली.

“मला महाराजपद वगैरे रुचत नाही.”

“तुमच्या मार्गात ते अटळ आहे.”

“तुम्ही कराल तो नियम आहे. मी संन्याशाची वस्त्रं वापरत नाही. हारतुरे स्वीकारत नाही. मला इतर साधकांबद्दल काही म्हणायचं नाही. सर्वजण आपापल्या परीने मोठे आहेत. कुणीही गर्वाने ‘मीच मोठा’ किंवा ‘मीच मोठी’ असं म्हणू नये.”

“हे सगळं रूप अनुयायी देतात.”

“त्यांनाच प्रथम थांबवता आलं नाही तर समाजाला कसं आवराल? समाजमनाइतकं अंध, निर्बुद्ध म्हणून दुबळं असं कुणी नाही. म्हणूनच बहुसंख्य माणसांना बुवा हवा असतो, नाहीतर युनियन किंवा पक्षनेते.”

“ह्यावर उपाय?”

“बेदम कष्ट. ज्याच्यापाशी बुद्धिमत्ता आहे त्यांनी मेंदू शिणवावा, ज्यांच्याजवळ आरोग्य आहे त्यांनी शरीर राबवावं. मानवाजवळ दोनच गोष्टी असतात. बुद्धी आणि शरीर. मन नावाची चैन शंभर वर्षं तरी आपल्या देशाला परवडणार नाही. मग देश वर येतो की नाही बघा.”

लिमये बघतच राहिले.

नित्यानंद म्हणाले,“ह्या दुर्दैवी देशात शेतकरी सवलती पिकवतात, सरकार आश्वासनं पिकवतं आणि सो कॉल्ड नेते घोषणांचे मळे लावतात.”

लिमये पाहतच राहिले.

नित्यानंद खेदयुक्त आवाजात म्हणाले,

“कामगार हा औद्योगिक प्रगतीचा प्राण आहे. नोकरी मिळेतो ही माणसं लाचारीने तुमचे पाय चाटतात. नम्र होतात. कामावर येण्यापूर्वी त्यांना पगार मान्य असतो. नोकरी मिळताक्षणी त्यांचा देव बदलतो. काम देणारा मालक परमेश्वर न राहता काम चुकवायला शिकवणारा युनियन लीडर त्यांना भाग्यविधाता वाटतो. युनियन लीडर असावा ही मानसिक गरज आहे. मन ऐश्वर्यालोलुप असतं. कामचुकार असतं. म्हणून लीडर लागतात. म्हणूनच मन ही चैन आहे.”

ह्या तऱ्हेचे विचार ऐकून लिमये नित्यानंदांच्या प्रेमात पडले. मुंबईला उतरण्यापूर्वी नित्यानंद म्हणाले,

“मी अप्रिय होणारा महाराज आहे. कारण मी जाता-येता बेदम कष्ट करा हेच सांगतो. आणि हा मंत्र कुणाला आवडत नाही.”

पण लिमये अधूनमधून गोसावींना भेटत राहिले. सुजाताच्या विवाहाचं आमंत्रण चार मित्रमंडळींप्रमाणे त्यांनी गोसावींनासुद्धा दिलं. सुजाताने तर त्यांना कधीच गुरू मानलं होतं. तिच्या मनातल्या अनेक समस्या त्यांनी

नुसत्या चर्चेने सोडवल्या होत्या. ते तरीही जाता-येता सांगत,'माझ्याजवळ फक्त टॉर्च आहे. त्याच्या प्रकाशाचा झोत काही फुटांपर्यंतच पडतो. प्रत्यक्ष वाट चालण्याचं काम तुमचं आणि प्रकाशाची सीमारेषा संपायच्या आत, स्वतःच प्रकाश निर्माण करण्याची जबाबदारीसुद्धा तुमची' आणि आता तेच नित्यानंद सांगत होते,'गुरूलाच संकटात टाकलंस, छान!'

पण असं म्हणत असताना नेमकेपणाने संसारसुखाची किल्ली त्यांच्याजवळ आहे असं त्यांच्या चेहऱ्यावर दिसत होतं. सुजाता म्हणाली,

"सांगा ना!"

"कसं सांगू, काय सांगू?"

"बेदम कष्ट कर, हे तुम्ही सांगणार हे मला माहीत आहे."

"ते तर झालंच, पण तेवढ्यावर संसार होत नाही. तुला तर कायम यशस्वी व्हायचं आहे. एखादी मॅच जिंकून चालणार नाही."

सुजाताने मान हलवली.

नित्यानंद गंभीर होत म्हणाले,

"एखादी मॅच जिंकता येते. एखाद्या नाटकात एखादी भूमिका करून बक्षीस मिळवता येतं. पण ते काही खरं नाही."

"म्हणजे?"

"पारितोषिकं, प्रशस्तिपत्रकं, कप, पेले, सुवर्णपदकं म्हणजे यश नव्हे. ती कीर्ती. यशाचं नातं वर्तमानकाळातल्या प्रत्येक क्षणाशी, श्वासाइतकं असतं. प्रत्येक क्षणी श्वास घ्यावाच लागतो. यश तसंच. आणि संसार क्रिकेटसारखा असतो. विकेटसमोर उभं राहिलं की प्रत्येक बॉलचं काहीतरी करावं लागतं. 'भूत, वर्तमान, भविष्य म्हणजे तीन स्टम्प्स' असं एक क्रिकेटअर म्हणतो. बेल्स म्हणजे काळ. टाकलेला प्रत्येक चेंडू काळावर सोपवायचा नाही. तो तुम्हाला अडवावा लागतो. सोडून देणं, थांबवणं, टोलवणं यांपैकी काहीतरी एक करावंच लागतं. तुम्ही जर बॉलर्स एण्डला असाल तर साथीदाराबरोबर पळापळ करावी लागते. टेनिस, बॅडमिंग्टन किंवा आपल्या हुतूतूच्या खेळाप्रमाणे इथं पुनर्जन्म नाही. सर्व्हिस चुकली तर क्षमा नाही. बेदम कष्ट हा एकमेव उपाय नाही."

सुजाताबरोबर लिमये पतिपत्नी पण ऐकत होती. सुजाता अधीरतेने म्हणाली,

"आयुष्यभर उपयोगी पडेल, अशी शिदोरी द्या."

तिच्याकडे रोखून पाहत नित्यानंदांनी विचारलं,

"माझ्यावर पूर्ण श्रद्धा आहे?"

"हो."

"मी सांगेन ते ऐकशील?"

"ऐकेन."
नित्यानंदांनी पिशवीतून क्रिकेटच्या चेंडूएवढा एक तुकतुकीत काळ्या रंगाचा दगड घेतला. सुजाताच्या हातात तो साडेतीन-चार किलोचा दगड देत ते म्हणाले, "हा दगड सांभाळशील?"
"हो."
"सांभाळायचा म्हणजे नुसता घरात नेऊन ठेवायचा नाही."
"पूजा करू?"
"पूजा तर मुळीच करायची नाही. त्यापेक्षा अवघड व्रत आहे. पाळशील?"
"अवश्य."
"संसारात कष्ट आहेतच, पण त्याच्याबरोबरीने आणखीन एक गुण लागतो. त्याचं मर्म हा दगड तुला शिकवील. हा साधा दगड नाही. सातपुड्याच्या जंगलात एका विशिष्ट ठिकाणी हा सापडतो. एका ठरावीक आध्यात्मिक साधनेनंतर ती जंगलातली वाट स्पष्ट होते. हा दगड तुम्हाला खुणावत राहतो. तसा हा दगड सतत जवळ बाळगायचा. जमणार नसेल तर आत्ताच नाही म्हण."
"जमेल."
"मधुचंद्रासाठी जाशील तेव्हाही जवळ हवा."
"नेईन."
"मुख्य म्हणजे, ह्याची कथा कुणालाही सांगायची नाही. तुझ्याकडे कसा आला ह्याची वाच्यता करायची नाही. आणि आजपासून दहा वर्षं ह्याला अंतर द्यायचं नाही. मुख्य म्हणजे, जेव्हा जेव्हा संघर्ष होतील तेव्हा हा जवळ हवा. शक्य तर हातातच. जमेल?"
"एक विचारू?"
"शंकानिरसन आत्ताच करून घे."
"ह्या दगडाचं महात्म्य मी सासरच्या माणसांना सांगितलं तर सगळ्या परिवाराकडून तो सांभाळला जाईल."
"त्याची गरज नाही. आपल्या मनात ज्या ज्या गोष्टींबद्दल आदरभाव असतो, त्या त्या गोष्टींची महानता इतरांपर्यंत पोहोचतेच असं नाही. आयुष्यातलं सत्तर ते ऐंशी टक्के जगणं फक्त स्वतःचं असतं. वीस-पंचवीस टक्केच केवळ कुटुंबाचं किंवा समूहासाठी असतं. प्रत्येक माणूस म्हणूनच जितका समजतो, त्याच्या कितीतरी पट अनाकलनीयच राहतो. फक्त मरणच शंभर टक्के ज्याचं त्याचं असतं. श्रद्धा ही एक अत्यंत वैयक्तिक बाब आहे. ती सार्वजनिक झाली की पंथ निर्माण होतात. श्रद्धेचं समर्थन करता येत नाही. म्हणूनच ह्या दगडाबद्दल समर्थन करायचं नाही. सगळ्या नैसर्गिक धारणांप्रमाणे ह्याला

सांभाळायचा. स्वत:चा अवयव आहे असं समजून.''
पुन्हा नमस्कार करीत सुजाताने विचारलं,
''कधी भेटू?''
''मीच तुला दहा वर्षांनी भेटेन.''

सूटकेस भरता-भरता सौरभने विचारलं,
''हा गोटा कशासाठी?''
''तो बरोबर न्यायचा आहे.''
सुजाताच्या कमरेभोवती हात टाकून तिला जवळ ओढीत सौरभ म्हणाला,
''आत्मरक्षणासाठी का?''
सुजाताने प्रश्नार्थक नजरेने पाहिलं. तिच्या नजरेत डोकावून पाहत सौरभ म्हणाला,
''मी तुला छळणार नाही.''
तरी ती बघतच राहिली.
''मी फार त्रास दिला तर डोक्यात घालण्यासाठी...''
सौरभच्या ओठांवर बोट ठेवीत सुजाता म्हणाली,
''किती अशुभ बोलता? मी तशी वाटते का?''
''गंमत केली ग! किती येडपट आहेस. सुजाता, तुझ्या या निर्व्याज नजरेसाठी आणि स्वच्छ तळ्याप्रमाणे असलेल्या डोळ्यांसाठी मी तुझ्याशी लग्न केलं. मी घरभर वावरताना ह्या नजरेच्या अवगुंठनात असेन.''
भारावून जात सुजाता म्हणाली,
''किती छान बोलता!''
''बोंबला! हे काही सौरभ पानसरे बोलत नाही. खांडेकर, फडके किंवा विंदा, बापट कुणीतरी बोललं.''
''तेही आठवावं लागतं वेळच्या वेळी.''
''टेपरेकॉर्डरला काय अक्कल लागते? बटण दाबलं की मजकूर हजर.''
''कोणत्या मजकुरासाठी कोणतं बटण दाबायचं...''
''इलेक्ट्रॉनिक इंजिनिअरला ते सांगावं लागत नाही. बटणांचं राज्य. कोणतं दाबायचं, कोणतं सोडायचं...''
''हं, लांब. आपण स्वतंत्र फ्लॅटमध्ये राहत नाही.''
''सुजाता, अगं हा गोळा खरंच बरोबर न्यायचा का?'' सौरभने मोठ्यांदा हाक मारीत विचारलं. पदराला हात पुसत बाहेर येत सुजाता म्हणाली,''हो.''
''माझा कॅमेरा बॅगेत मावत नाही.''
''तो गळ्यात अडकवता येईल ना?''

"पण त्याची तिकडे गरज काय?"
"मला हवाय."
"कॅमेरा जास्त मौल्यवान की हा दगड?"
"कॅमेऱ्यासारखा कॅमेरा मिळतो. पण असाच दगड दुसरा मिळायचा नाही."
"सॉरी. तू त्याची काहीही सोय कर."
दोघं निघाली तेव्हा सुजाताच्या हातात एक वेगळी पिशवी होती. चौकस सासूने चौकशी केली तेव्हा सौरभने परस्पर उत्तर दिलं,
"तिचं काहीतरी फॅड आहे."
नुकतंच एबीसीडी करायला लागलेल्या शांतूने म्हटलं,
"एफ-ए-डी फॅड. एस-ए-डी सॅड. एम-ए-डी मॅड. एल-ए-डी..."
सुजाता विलक्षण चिडली. पुढच्याच क्षणी तो दगड कसला हे तिला जाहीर करावंसं वाटलं आणि तेच करायला बंदी होती.
"सौरभ, तुला त्रास होणार असेल तर बायकोला ती पिशवी इथंच ठेवायला लाव."
सुजाताने काकुळतीने सौरभकडे पाहिलं. 'मी तुमचं आयुष्यभर काहीही ऐकेन. पण आत्ता मला हे ऐकायला लावू नका', असं तिने नजरेने विनवलं. तिच्या त्याच डोळ्यांवर, नजरेवर सौरभ पागल झाला होता. तो आईला म्हणाला,
"तिला ती पिशवी हवीच आहे तर राहू दे."

कूपेत हवा तो एकांत मिळाला. लग्न झाल्याबरोबर जी पहिलीवहिली संधी मिळते त्या क्षणी जे जे होतं, ते ते सगळं प्रणयाराधन झालं. स्पर्शाने मोह फुटला. सौरभ बेभान झालाच होता तरीही सावध असावा. सुजाताचं मन आता तिच्या कह्यात नाही, ह्या जाणिवेने तो सुखावला. बाईसुद्धा पुरुषासाठी पागल होते हे दर्शन गौरवास्पद होतं. पण नो, नॉट नाऊ.
तिने तो दगड का घेतला हे काढून घ्यायचं.
रतिसुखापेक्षाही अहंकार श्रेष्ठ.
तिच्या पापण्यांचं चुंबन घेत, ओठांतल्या ओठांत पुटपुटत सौरभने विचारलं,
"एक विचारू?"
"हूं."
"तू संपूर्ण माझी ना?"
ती जास्त बिलगली.
"आपण एकमेकांपासून कध्धी काही लपवायचं नाही."
"हूं."
"सगळं सांगायचं."

"हं!"
"तो दगड कशासाठी घेतलास ते सांग."
"अगदी ह्या क्षणी तुमच्या डोक्यात दगडाचा विचार आहे?"
सुजाताला थोडंसं लांब करीत सौरभ तिच्याकडे पाहत राहिला. कूपेतला मंद, निळसर दिव्याचा प्रकाश आता तिच्या चेहऱ्यावर पडला होता. सुजाताच्या गोऱ्यापान अंगकांतीवर निळा जिलेटिनचा कागद लावल्याचा सौरभला भास झाला. त्या अंधुक प्रकाशात तिचे मोकळे सोडलेले केस जास्तच काळे दिसत होते. त्या केसांकडे पाहत तो म्हणाला,
"तुझ्या-माझ्यात काही खासगी असता कामा नये."
प्रसंगातून पळवाट शोधायची म्हणून सुजाता म्हणाली,
"सगळं सांगेन. आता ह्या क्षणी हा विषय कशाला?"

हातातल्या पिशवीकडे पाहत सासूबाईंनी आठ्या घालत विचारलं,
"तो दगड आहेच का अजून?"
सुजाता गप्प बसली. हातातला तुकडा दोघांवरून उतरवून टाकीत सासू सौरभला म्हणाली,
"गाडीतून फेकून द्यायचा तो जाताना."
"मला तो विषय नकोय आल्या-आल्या."
चार दिवसांच्या वास्तव्यात, सगळ्या आनंदसोहळ्यात सौरभने अनेकदा तो विषय काढला. सुजाताने काही सांगितलं नाही. सुजाताचं लक्ष नसेल असं समजून सासूबाईंनी पुन्हा तो विषय काढलाच. सौरभ वैतागून म्हणाला,
"जाम पत्ता लागून देत नाही."
"तिला केव्हा तरी ते सांगावंच लागेल. ह्या घरी नांदायचं आहे आयुष्यभर, हे तिने लक्षात ठेवावं."

'ह्या गुरुवारी तुझ्या विवाहाला दहा वर्षं पूर्ण होतात. शब्द दिला त्याप्रमाणे मी भेटावयास येत आहे. सगळ्यांना नमस्कार.'

- नित्यानंद गोसावी.

एका साध्या पोस्टकार्डावर एवढाच मजकूर. आपल्या लग्नाचा वाढदिवस? आपण विसरलो? कसं शक्य आहे? सुजाताने कॅलेंडर पाहिलं. छे! चोवीस तारखेला अजून अवकाश आहे? वाढदिवस तिथीने आहे का? शक्यता आहे. गोसावींसारखी व्यक्ती तिथीच लक्षात ठेवणार.
रात्री जेवताना सुजाताने सहज विचारलं,

"ह्या गुरुवारी कोणती तिथी आहे हो?"

"मला काय माहीत? मला कधी पंचांग वगैरे बघताना पाहिलंस का लग्न झाल्यापासून?"

नीलिमा म्हणाली,

"आई, बाबांना तर आषाढी एकादशी कधी असते तेही माहीत नसतं. त्या दिवशी नाही का त्यांनी एकादशीला मटण खाल्लं?"

"नोकरीवाला माणूस फक्त कॅलेंडरवरचे लाल चौकोन लक्षात ठेवतो. तो लाल रंग कुणाच्या पुण्यतिथीचा तेही तो पाहत नाही."

सुजाता गप्प राहिली. मनात म्हणाली,'कोणती का तिथी असेना त्या दिवशी. तिथीपेक्षा अतिथी महत्त्वाचा.'

"का? आज मध्येच तिथीची आठवण?"

सहा वर्षांचा आशुतोष पटकन् म्हणाला,

"बाबा, त्या दिवशी आईच्या लग्नाचा वाढदिवस आहे."

सौरभचं आणि सुजाताचं ह्यावर हसणं संपायच्या आत आशुतोषने विचारलं,

"बाबा, तुमच्या लग्नाचा वाढदिवस कधी?"

सौरभ म्हणाला,"बहुतेक त्याच दिवशी असेल."

नीलिमा,सौरभ,सुजाता का हसताहेत हे आशुतोषला समजलं नाही. नीलिमा म्हणाली,

"तू आईच्या त्या पिशवीतला आहेस."

आशुतोषने नीलिमाच्या मांडीवर डाव्या हाताने चापट मारली.

"जेवताना मारामारी करायची नाही."

"मग ती का मला दगड म्हणते?"

"जाऊ दे. आपण लक्ष द्यायचं नाही. दगड म्हटलं की दुर्लक्ष करायचं."

सौरभच्या बोलण्यावर सुजातानेही दुर्लक्ष केलं. तिने सांभाळलेल्या 'दगड' ह्या विषयाबाबत मौन पाळायचं, दुर्लक्ष करायचं ह्याची तिला सवय झाली होती. ती आत्ताही गप्प राहिली. सौरभही न बोलता जेवत होता. दुर्लक्ष करायचं असं तो म्हणाला, पण त्याच्या मनातून तो विषय गेलेला नाही, हे सुजाता जाणून होती. तिने दगड सांभाळला होता. सौरभने विषय.

पूर्वी संघर्ष व्हायचे. आता तो घुम्यासारखा तास तास गप्प राहतो. मध्येच त्याने आशुतोषला विचारलं,

"वाढदिवसाचं तुला सांगितलं कुणी?"

नीलिमा मध्येच म्हणाली,

"आईला पत्र आलंय."

“हो का ग? बोलली नाहीस?”

पुढची प्रश्नमंजूषा टाळण्यासाठी सुजाता जेवता-जेवता उठली. तिने गोसावींचं पोस्टकार्ड सौरभच्या पानाजवळ आणून ठेवलं.

रात्री बेडरूममध्ये गेल्यावर सौरभने विचारलं,

“हा कोण नित्यानंद गोसावी?”

“गुरुवारी ओळख करून देईन ना!”

“तुझा दोस्त दिसतोय?”

सुजाता हसत म्हणाली, “तसं समजा.”

“इतके दिवस होता कुठे?”

“ते मात्र माहीत नाही.”

“असं कसं होईल?”

“जे आहे ते सांगितलं.”

“जे आहे तेच सांगितलेलं नाहीस. तुझा हा स्वभाव मला नवीन नाही.”

“तसं समजा.” सुजाता मोकळेपणी हसून म्हणाली. सौरभ आतल्या आत धुमसत राहिला. बोटात बोटं अडकवायची आणि सोडवून घ्यायची, हा त्याचा बेदम संताप आल्यानंतरचा चाळा सुरू झाला. दहा-पंधरा मिनिटं तो हे असं करतो. सुरुवातीला गुंतवणं-सोडवणं हे तो हळूहळू करतो. नंतर हीच हालचाल विलक्षण वेगाने सुरू होते. दहा-पंधरा मिनिटं हा चाळा करून झाला की तो बोलायला लागतो. ह्या सगळ्यांतून सुजाताने स्वत:शीच असा तर्क केला होता की, बोटं गुंतवणं म्हणजे कोणत्या तरी समस्येला प्रारंभ झाला. बोटं सोडली ह्याचा अर्थ ती समस्या सुटली. गती वाढली की समस्या जास्त फाटे फोडत आहे. कन्फ्यूजन वाढत आहे. त्यानंतर सौरभ ते सगळं थांबवतो आणि बोलायला लागतो. आजपर्यंत जे काही वाचन त्याने केलेलं आहे, त्यातले निवडक उतारे तो एकपात्री प्रयोगाप्रमाणे बोलत राहतो. गडकऱ्यांपासून कुसुमाग्रजापर्यंत– त्यांच्या त्यांच्या ‘पुण्यप्रभाव’पासून ‘नटसम्राट’पर्यंतच्या नाट्यसंहिता उलगडत राहतो. आकाशाकडे हात उंचावण्यापासून, खिडकीतून ढगांकडे पाहत राहण्यापर्यंत तो वेगवेगळे अभिनय करतो, हे सगळं सुजाताच्या परिचयाचं झालं होतं. ते संपलं की पंधरा-पंधरा मिनिटं तो सुजाताला सुनवत राहायचा. पंचकन्यांपासून प्रारंभ करून तो गडकऱ्यांच्या सिंधूपाशी सांगता करीत असे. आजही सगळ्या स्वगतांची उजळणी करीत तो म्हणाला,

“तुझ्या त्या नित्यानंदाला काही कळत नाही. पत्र पोस्टकार्डावर लिहिलंय.”

“तो मजकूर सगळ्यांसाठी आहे.”

“तुला वेगळं पाकीट आलं असेल.”

"तुम्ही शोधा. शोध कसा घ्यायचा हेही तुम्हाला माहीत आहे."
मनाची प्रसन्नता ढळू न देता सुजाता म्हणाली. कोणताही आरोप केला तरी सुजाता चिडत नाही, हसत राहते हे परिचयाचं असूनही सौरभ चिडला. अर्थात हे चिडणं नेहमीचं नव्हतं. त्या चिडण्यात स्वत:च्या पराभवाची फजितीही होती.

ते नेहमीचं चिडणं नाही हे सुजातालाही समजलं. त्यात एका फसलेल्या शोधाची कहाणी होती. नंदिनीचं तेव्हा लग्न ठरलं होतं. सौरभची ही बहीण. मुलगा अमेरिकेत स्थायिक झालेला. मुलगी पसंत करण्याचा सोहळा संपवून तो अमेरिकेला गेलेला. लग्न सहा महिन्यांवर आलं होतं. त्या कालावधीत नंदिनीला अमेरिकेहून पत्र आलेलं. ते पाकीट तिने कात्रीने उघडलं. इतकंच नव्हे तर कापलेली ती बारीक, पाव इंच रुंदीची पाकिटाची पट्टीही तिने त्याच पाकिटात घातलेली. परदेशी तिकिटाच्या आकर्षणापायी शांतूने ते पाकीट पळवलं आणि नंतर त्यालाच ते सापडेना. नंदिनीने ते पाकीट सापडेपर्यंत जीव गहाण टाकला होता. रात्री ती जेवायलाही येईना तेव्हा जेवण बाजूला ठेवून सगळेजण त्या पाकिटाच्या मागे लागले.
"पत्र महत्त्वाचं. पाकिटात काय आहे एवढं?" सौरभने त्रासून विचारलं.
शांतू म्हणाला,"मावशीला स्टॅम्प्स हवेत."
पाकीट सापडल्यावर त्यात ती कापलेली बारीक पट्टी आहे की नाही तेही नंदिनीने तपासलं. सौरभ हसू लागला. तेव्हा नंदिनी म्हणाली,
"भावनेचा प्रश्न नाही."
"पाकिटाच्या ह्या कापलेल्या पट्टीत कसली भावना?" सौरभने हेटाळणीच्या स्वरात विचारलं.
त्या क्षणी नंदिनी म्हणाली,
"हिंमत असेल तर त्या दगडी गोळ्यामागे कसल्या भावना आहेत, ते तुझ्या बायकोला विचार."
"ते ती सांगत नाही."
"मग शोधून काढ."

ठिणगी ठिणगीच असते. ती कुठे पडते ह्यावर तिचं अस्तित्व टिकतं. पाण्याच्या पृष्ठभागावर पडते की ज्वालाग्राही साठवणीच्या गुदामात? माणसाचं मनही जलाशयाप्रमाणे शीतल आहे की स्फोटक वस्तूंचं गोडाऊन आहे ते ठिणगीशिवाय समजत नाही. संशय,स्पर्धा,द्वेष,मत्सर,क्रोध अशी नाना रूपं ठिणगीला धारण करता येतात. मन इंधनाने तुडुंब भरलेलं असेल

तर ठिणगी उग्र रूपाने जगते.

"मला एकदाच विश्वासात घेऊन सांग. त्या दगडाच्या मागे काही नाजूक भावना आहेत का?" सौरभने विचारलं.

"तुमची शपथ, तसं काही नाही."

"माझ्याअगोदर कुणी आयुष्यात आलं होतं का?"

"तुमच्याच म्हणण्याप्रमाणे माझ्या तळ्यासारख्या डोळ्यांत तुम्हाला आणखी कुणाचं प्रतिबिंब दिसतंय का?"

सौरभ चिडून म्हणाला,

"तेव्हा मी तुला ओळखलं नव्हतं."

"आज ओळखता?"

हातवारे करीत सौरभ म्हणाला,

"मी सगळ्याचा छडा लावीन. जो कोणी असेल त्याला मी शोधीनच."

तो आरोप सुजाताला असह्य झाला. शेजारच्याच खिडकीत ठेवलेला तो दगड तिने हातात घेतला.

"मला मारायचा विचार आहे का? मार!" असं म्हणत सौरभ जवळ येऊन उभा राहिला. सुजाताच्या डोळ्यांत तरारून पाणी आलं.

"मला ही नाटकं नकोत."

सुजाता काही बोलणार होती, पण तिने शब्द माघारी फिरवले. तिने फक्त हातातला दगड घट्ट घट्ट धरला. दुसरी कोणतीही प्रतिक्रिया संभवत नव्हती. तिची नजर दगडाकडे वळली. ती शांत झाली. तो दगड जणू तिला म्हणाला, 'शांत राहा. तुझा नवरा कशाचा छडा लावणार? जे अस्तित्वातच नसतं ते गवसतं का?' त्या प्रश्नासरशी सुजाता निर्भय झाली. तिला सुरक्षिततेची नवी व्याख्या समजली. निर्भयता म्हणजे सुरक्षितता.

सौरभ अजून चिडलेला होता. तो बोटं गुंफवीत होता. मोकळी करीत होता. सुजाताच्या गप्प राहण्याने त्याला पुन्हा चेव आला.

"मला जर काही सापडलं तर ध्यानात ठेव. मी काय वाटेल ते करीन."

सुजाता सौरभकडे पाहत राहिली. त्याच वेळी अभावितपणे तिचा हात गळ्यातल्या मंगळसूत्राकडे गेला आणि लगेच आलेल्या दुसऱ्या भावनेने,विचाराने ती अस्वस्थ झाली. मंगळसूत्र वापरणाऱ्या किती स्त्रिया सुरक्षित असतात? एका दगडाने जी निर्भयता शिकवली ती मंगळसूत्राने पटवली का?

कॉलेजच्या प्रिन्सिपॉलनी सौरभकडे प्रश्नार्थक नजरेने पाहिलं. सौरभने त्यांच्याकडे सरळ न बघत म्हटलं,

"आय ॲम सॉरी टु डिस्टर्ब यू."
"दॅट्स ऑलराइट. बोला."
"सुजाता लिमये ह्या कॉलेजच्या विद्यार्थिनी. अर्थात त्यालाही दोन वर्षं झाली. आणि सगळे विद्यार्थी तुमच्या लक्षात राहणं शक्य नाही."
"जस्ट अ मिनिट-" असं म्हणत प्रिन्सिपॉलनी इंटरकॉम उचलला."रत्नपारखी,आपलं पी.एस. रजिस्टर आणा."
रत्नपारखी आले.
"सुजाता लिमये म्हणून कुणी स्टुडण्ट..."
त्यांचं वाक्य पूर्ण व्हायच्या आत रत्नपारखी म्हणाले,
"तिला बेस्ट स्टुडण्टचं ॲवॉर्ड मिळालं होतं. तीच ना?"
किंचित हसत प्रिन्सिपॉल म्हणाले,
"ह्यांना जरा तिची काही माहिती हवी आहे. हे..."
सौरभ गडबडीने म्हणाला,
"शी इज माय वाइफ."
"या ना!"
रत्नपारखींबरोबर जाताना सौरभ विचारात पडला की, नक्की माहिती कोणता प्रश्न विचारल्याने मिळेल? प्रश्न असा हवा, ज्यात आपल्या वृत्तीचं प्रतिबिंब पडणार नाही. रत्नपारखींच्या समोरच्या खुर्चीवर बसेपर्यंत सौरभला योग्य दिशा सापडली होती.
संशयासारखा गुरू नाही. निरसनाची वाट तोच दाखवतो.
"बोला."
"राठोड नावाचा कुणी मुलगा ह्याच कॉलेजात होता का?"
रजिस्टर पाहून रत्नपारखी नकारात्मक मान हलवीत म्हणाले,
"का?"
"आपण ह्याच कॉलेजचे, असं त्याने पत्रात लिहिलं होतं."
"बरं, त्याचा सुजाता लिमयेशी काय संबंध?"
"मला त्या माणसाला धरून पिटायचं आहे. तिच्या संदर्भात त्याने जे लिहिलंय..."
रत्नपारखींचा बदलणारा चेहरा पाहून सौरभ गप्प बसला. ते काहीतरी बोलतील असं त्याला वाटलं. ते फक्त पेपरवेट फिरवत राहिले, पण त्यांचा चेहरा खूप गंभीर झाला होता. त्यांनी बाळगलेली शांतता सौरभला पेलवेना. सौरभने त्यांना बोलतं करायचं म्हणून विचारलं,
"तो ह्या कॉलेजचा नव्हताच तर?"

रत्नपारखी म्हणाले,

"आपण क्षणभर धरून चालू, तो आमचा स्टुडण्ट होता. मग पुढे?"

"मी पत्ता मिळवून त्याला गाठीन."

"पुढे?"

"त्याला त्याची जागा दाखवीन."

"पुढे?" रत्नपारखींनी एकाच सुरात तोच प्रश्न विचारला. त्यात आपल्याबद्दल कीव आहे की चेष्टा की हेटाळणी ह्याचा सौरभला अंदाज येईना. तो अडखळत म्हणाला,

"कुणाच्याही संसारात विष कालवणारी असली पत्रं तो लिहिणार नाही."

"समाजात एकच राठोड आहे का?"

"जो एक सापडेल त्याला तरी का सोडायचा?"

"माणसं अशाने बदलतात का?"

सौरभ गप्प बसला. रत्नपारखी हळूहळू, थांबत थांबत म्हणाले,

"मला सेवानिवृत्त होऊन दोन वर्षं झाली, पण कॉलेज मला सोडायला तयार नाही. मी इथं आता ऑननरी आहे. अनेक विद्यार्थिनी पाहिल्या, विद्यार्थी पाहिले. सुजाता लिमयेसारखी विद्यार्थिनी अति दुर्मिळ. निःशंक मनाने घरी जा. कसलाही शोध घेऊ नका."

"पण..."

"थोडं वडिलकीच्या नात्याने बोलू?"

सौरभने मान हलवली.

"राठोडचा शोध घेण्यापूर्वी स्वतःचा शोध घ्या."

"म्हणजे काय करू?"

"व्यक्तीचा शोध घेऊन तो संपत नाही. समाजात हजारो राठोड आहेत. राठोड ही व्यक्ती नाही. ती वृत्ती आहे. एखादा राठोड सापडेलही. त्यांचा हाच व्यवसाय असतो. स्वतःला जे मिळालं नाही ते दुसऱ्याला मिळालं की प्रतिक्षणी एकेक राठोड जन्माला येतो. ते निनावी पत्रं लिहितात आणि तुम्हाला जे सौख्य मिळालं आहे त्याची अन् तुमची फारकत करतात. काही काही राठोडांजवळ तर नुसती पत्रं नसतात, चांगली वर्तमानपत्रं असतात. त्यांना भाडोत्री, रिकामटेकडे, प्रतिभा खुंटलेले लेखकही मिळतात. प्रत्यक्षातल्या माणसांची नावं बदलून ते कथा-कादंबऱ्या लिहितात. अशा सगळ्या माणसांचा-नव्हे माकडांचा-एकच हेतू असतो. तुमचं सुख ओरबाडणं, तुमचे नातेवाईक तोडणं. अशा माणसांना शोधण्यापेक्षा, स्वतःच्या मनातला वणवा शांत करा. आपला दाह नक्की कोणत्या जातीचा आहे ते पाहा. तो शोध घ्यायचं ठरवलंत तर कुठेही धावाधाव न करता

बसल्या ठिकाणी शोध लागेल. वणव्यात चार बाभळीची झाडं जळली तर त्याचं दु:ख नाही. जाईजुईसारख्या वेलींचा कोळसा होतो, ही खरी हानी आहे. आपलं झाड सांभाळा. कारण त्याला बिलगून सुजाता लिमयेसारखी एक वेल आहे. घटकाभर धरून चला, तिचं काहीतरी असेल, पण सध्या ती तुमच्याभोवती विळखा घालून आहे. तिला आधार द्या. हजारो राठोडांपासून वाचवा.''

दोन दिवसांच्या प्रवासानंतर परत आलेल्या सौरभमध्ये खूप फरक पडल्याचं सुजाताला जाणवलं. त्यानंतरचे आठ दिवस खूप आनंदात गेले. एकदा तर एकांतात त्याने तिला 'मी चुकलो' असा कबुलीजबाब पण दिला. तो तिला सिनेमाला घेऊन गेला. तिने तेव्हाही ती पिशवी बरोबर घेतली त्यावर त्याने काही कॉमेंट केली नाही. इतकंच नव्हे, तर मध्येच त्याने ती पिशवी ऑडिटोरियममध्ये जाताना हातातही घेतली. पिक्चरच्याच मूडमध्ये दोघं टॅक्सीत बसली. अर्ध्या वाटेवर आल्यानंतर सुजाताला पिशवीची आठवण झाली. तिने टॅक्सी परत फिरवली. नऊचा शो सुरू झाला होता. पर्समधली तिकिटं तिने डोअरकीपरला दाखवली. पिशवी हातात देताना तो सौरभला म्हणाला,

''इसमें तो मामुली दगड है.''

त्याच टॅक्सीने परत येताना सौरभ एक अक्षर बोलला नाही. सुजाताने त्याच्या खांद्यावर मान टेकली. त्याने तिला दूर लोटलं.

घरात पाऊल पडताच सौरभ कडाडला.

''इथून पुढे तुझ्याबरोबर मी एकाही सिनेमाला येणार नाही. समजलं?''

सुजाता शांत होती. ह्या एका विषयाबद्दल शांत राहायचं तिच्या अंगवळणी पडलं होतं. तिची शांतता सौरभला सहन न होऊन तो म्हणाला,

''तुझ्या मनासारखं झालं, तेव्हा तू गप्प बसणार हे मला माहीत आहे.''

मनाचा तोल यत्किंचित जाऊ न देता सुजाताने विचारलं,

''मी आता नेहमीच तो दगड जवळ ठेवते, हे तुम्हाला माहीत आहे ना?''

प्रश्न विचारता-विचारता तिने सौरभच्या छातीवर डोकं घुसळल्यासारखं केलं. तिला लांब ढकलीत सौरभ म्हणाला,

''आणि आमच्यापैकी कुणालाही तुझं हे वागणं पसंत नाही, हे तुलाही माहीत आहे ना?''

''मी इतकं वाईट वागते का हो? माझ्या अंगात इतर काहीही गुण नाहीत?''

''तू देवता आहेस एरवी. आईसुद्धा परवा मामांना सांगत होती-अशी सून मिळायला भाग्य लागतं.''

''मग?''

''म्हणूनच हे असलं वेड तुला शोभत नाही. मामाने आईला विचारलं,

सायकिॲट्रिस्टला का दाखवत नाही? हे एक प्रकारचं आब्सेशन आहे. ह्याचं प्रमाण वाढत गेलं तर?''

सौरभसहित सगळ्यांनी एक साधी बाब इतकी ताणलेली पाहून सुजाताला नंतर काही बोलायची इच्छाच उरली नाही.

नित्यानंद गोसावी त्यांच्या पत्राप्रमाणे आले. दहा वर्षांत त्यांच्यात काहीही फरक पडला नव्हता. ही साधनेची किमया असावी. ते आणखीन भव्य वाटत होते. करारी दिसत होते. पण चेहऱ्यावर सौम्य भाव दिसत होता. सुजाताचा हा मित्र पाहण्यासाठी सौरभने दांडी मारली होती. सांधे दुखत असतानाही पायांना पोलिसांप्रमाणे पट्टे बांधून सासूबाई बाहेरच्या खोलीत येऊन बसल्या होत्या. सौरभने तर मुलांनाही शाळेत जाऊ दिलं नव्हतं. बहिणीला निरोप पाठवून बोलावून घेतलं. भावाला फोन केला होता.

आल्या-आल्या नित्यानंद म्हणाले,

''आज तिथीने तुमच्या लग्नाला दहा वर्षं होतात.''

सुजाताने सगळ्यांचा परिचय करून दिला. एकेकाचे चेहरे उतरत होते ते गोसावींनी टिपलं. सुजाताने खाली वाकून नमस्कार केल्यामुळे, मुलांनीही नमस्कार केला. सौरभने नुसतं तोंडाने ''नमस्कार'' म्हटलं. स्वत:चा जबरदस्त अपेक्षाभंग झाल्यामुळे तो स्वत:वरच चिडला होता. 'आपला दाह नक्की कशाबद्दल आहे, त्याचा शोध घ्या',असं रत्नपारखींनी सुमारे दहा वर्षांपूर्वी सांगितलं होतं. सौरभला ते अद्यापि सापडलं नव्हतं. शोध घ्यायचा प्रयत्न केल्यावर जे उत्तर मिळत होतं त्या उत्तराचीच दहशत वाटत होती. गेल्या दहा वर्षांत सुजातामध्ये नावं ठेवायला तर सोडाच, पण कितीतरी बाबतीत ती आपल्यापेक्षा सुपिरिअर आहे हे त्याने जाणलं होतं. अनुभवलं होतं. नोकरी आणि द्रव्यार्जन ह्यापलीकडे त्याने विशेष काहीच केलं नव्हतं. सुरुवातीच्या काळात त्याचं वाचन खूप होतं. तेही त्याने कालांतराने कमी केलं. तो दगड कसला ह्याचा बायकोने पत्ता लागू देऊ नये हा त्याला स्वत:चा पराभव, अपमान वाटत होता. सर्वस्व देणारी सुजाता ही एकच बाब लपवून का ठेवते?

नंदिनी म्हणाली तसं काही रहस्य असेल का?

तसं काही असतं तर ती उदास दिसली असती. त्या कुणाच्या आठवणीने ती कधी कासावीस झाली नाही. तिच्या अस्वस्थतेचं कारण तिने त्या त्या वेळी नेमकेपणाने सांगितलं होतं. कदाचित त्याची स्मृती तिने सतत बाळगली आहे. नवराबायकोच्या एकांतातही तो दगडोबा असतो, एवढ्या प्रतिकात्मक सहवासावर ती तृप्त होती का?

सौरभ नेहमीप्रमाणे आत्ताही स्वत:वर चिडला. सुजातापेक्षा तो दगड आपल्या उरावरच आपण जास्त बाळगला. तो दगड तिच्या मनात आणि आपल्या छाताडावर. हा गोसावी गोसावीच निघाला.

इथं तरी काही सापडायला हवं होतं.

आपल्याला असंच काहीतरी हवं होतं की जिथं सुजाता आपल्यापेक्षा दोन पायऱ्या खाली जाईल. अंतर्मनाचा शोध घेतल्यावर जे उत्तर मिळालं ते हे. त्यानंतर ह्या उत्तराविरुद्ध युद्ध सुरू झालं. हे उत्तर मान्य करणं म्हणजे स्वत:चा क्षुद्रपणा मान्य करणं. मनातल्या मनातही तो कबुलीजबाब देणं अशक्य. अहंकार प्रकट न होताही पापणीच्या आत पुटकुळी व्हावी तसा छळतो.

हा दाह समजूनही शांत करता न आलेला. त्याच्यावर रत्नपारखींनी बोट ठेवल्यापासून तो जास्तच उग्र झाला.

सुजाताने सासूबाईंची ओळख करून दिल्यावर आपण काय करावं हे सासूबाईंना समजायच्या आत नित्यानंदांनीच त्यांना वाकून नमस्कार केला. संकोचातसुद्धा कुठेतरी एक आनंदाची सर सासूबाईंना झोडपून गेली.

"आमची ठेव सांभाळली आहे का?" नित्यानंदांनी असं विचारताच त्यांना उत्तर न देता, सुजाताने तिची पर्स आणली. नित्यानंदांची ठेव तिने त्यांच्यासमोर ठेवली. ती ठेव सांभाळण्यासाठी तिने जेव्हा मोठ्यात मोठी पर्स विकत आणली तेव्हापासून सौरभ त्या पर्सचा उल्लेख 'सूटकेस' असा करीत असे, ते तिला आत्ताही आठवलं. नित्यानंदांनी विचारलं,

"कशी आहेस?"

"एकदम आनंदात."

"ह्या वस्तूचा काही त्रास?"

"मुळीच नाही. मी निर्भय झाले."

"आणखीन?"

"आणखीन... आणखीन... काही नाही. तुम्ही बसा. मी सगळ्यांसाठी चहा आणते."

चहा करता-करता सगळ्या आठवणी पिंगा घालू लागल्या. नित्यानंदांना काय काय सांगणार?

... साळसूद चेहरा करून वावरणाऱ्या सौरभच्या ह्याच भावाने, संधी साधून एकदा खांद्यावर हात ठेवला. आपला हात टेबलावरच्या दगडाकडे गेल्यावर तो मागे सरकला. आठ दिवस त्याने नजरेला नजर दिली नाही आणि जेव्हा बघितलं तेव्हा नजरेनेच कुणाला सांगू नका हे विनवण्यासाठी...

... पार्टी, ट्रिप, पिकनिक, नाटक, सिनेमा ह्यांपैकी कुठेही जाताना,'तो दगड बरोबर घेणार असलीस तर प्रोग्रॅम कॅन्सल' असं म्हणून हे सगळंच रद्द करणारा सौरभ, त्यापायी संघर्ष...

... कोणत्याही विषयावरून घरात वादविवाद, चर्चा, संघर्ष, भांडण झालं तर त्यांचा संबंध आणि शेवट ह्या दगडापाशी करायची सगळ्यांची रीत...

... घरी प्रथमच येणाऱ्या पाहुण्याला घर दाखवून झालं की, सासूबाईंनी तो दगड बघायला मागायचा. पाहुण्यांनी चौकशी केली की, हसून टिंगल, टवाळी करायची असे सगळे प्रसंग...

... बाळंतपणाच्या वेळी जेव्हा मॅटर्निटी होममध्येही आपण तो दगड नेला तेव्हा प्रत्यक्ष एका सायकिॲट्रिस्टला पाठवून, सौरभने घेतलेली परीक्षा...दोन्ही मुलांपैकी एकाही मुलाला सौरभने फिरायला जाताना कडेवर घेतलं नाही. त्यामुळे जड पर्स आणि कडेवरचं मूल दोन्ही सांभाळताना भरून आलेले हात...

... वडिलांच्या सुरात सूर मिसळून, त्या दगडावरून टिंगल, चेष्टा करण्याचे सौरभने मुलांना दिलेले धडे...

काय काय आठवायचं? किती किती सांगायचं आणि कसं सांगायचं?

"तो दगड तुम्ही सुजाताला दिला होतात का?" सासूबाईंनी विचारलं.

गोसावींनी हसून मान हलवली.

"काही खास कारण होतं का?"

"सुजाताने सांगितलं नाही का?"

"गळ्यावर सुरी ठेवली असती तरी बोलली नसती."

सौरभ फटकन् बोलून गेला,

"तशी ती फार खमकी आहे. आतल्या गाठीची आहे. न बोलून शहाणी म्हणा हवं तर!"

"असं?"

"तुम्ही तिला विचारून बघा. आता हेच पाहा ना, हा दगड तुम्ही तिला दिलात, ह्यात लपवण्यासारखं काही तसं होतं का?"

"ती माझीच मुख्य अट होती."

"का बरं? आम्हाला सांगण्यासारखं असेल..."

सासूबाईंना थांबवत गोसावी म्हणाले,

"जरूर सांगतो. सुजाताने मला 'संसार यशस्वी होईल असा आशीर्वाद द्या' म्हणून सांगितलं तेव्हा मी तिला हा दगड दिला."

सौरभ पटकन् म्हणाला,

"आम्ही काय काय तर्क केले."
"मी तर एकदा तो फेकूनही दिला होता, पण तिने तो आणला."
"सुजाताची प्रतिक्रिया..."
"प्रथम प्रथम संघर्ष झाले. पण गेल्या पाच-सहा वर्षांत भांडण नाही."
सासूबाई पटकन् म्हणाल्या,"भांडण नाही म्हणजे काय? तुम्ही आकाशपाताळ एक करा. ती गप्प राहते."
"नुसती गप्प नाही, गालातल्या गालात हसत राहते."
सौरभने हेही तक्रारीच्या स्वरात सांगितल्यावर गोसावी म्हणाले,
"माझा प्रयोग यशस्वी झाला म्हणायचा."
"कसला प्रयोग?"
खूप गंभीर होत गोसावी म्हणाले,
"तुम्ही कुणीही वाईट वाटून घेऊ नका. रागावूही नका."
इतकं बोलून मुलांकडे पाहून ते म्हणाले,
"बाबा लोक, तुम्ही पळा आता."
मुलं गेल्यावर गोसावी सांगू लागले,
"शंभरापैकी नव्याण्णव कुटुंबांतून ह्याच कहाण्या घडतात. म्हणूनच सगळी सुबत्ता असून, नजर लागेल अशी परिस्थिती असूनही माणसं चिंतेत असतात."
थोडा वेळ थांबून सौरभ आणि सौरभच्या आईकडे आळीपाळीने पाहत नित्यानंद म्हणाले,
"घरात, संसारात येणाऱ्या नव्या व्यक्तीकडे, म्हणजेच सुनेकडे बघताना सून किंवा बायको किंवा वहिनी म्हणा, भावजय म्हणा-जे नातं असेल ते-प्रत्येकजण एक इमेज तयार करतो. ती इमेज तयार करताना त्या मुलीच्या वागणुकीचा, हावभावांचा एखाद्या कॅमेऱ्यासारखा फोटो घेतला जातो. तिच्या अंतर्मनाचा शोध घेऊन कोणत्याही कृतीमागची संवेदना कुणीही जाणून घेत नाही. प्रत्येकाचं स्वतःने तयार केलेल्या इमेजवर प्रेम बसतं. त्या प्रेमापायी, प्रत्यक्षात वावरणारी व्यक्ती उद्ध्वस्त झाली तरी फिकीर नाही, पण स्वतः तयार केलेली चुकीची प्रतिमा अभंग राहील अशी धडपड कुटुंबातली माणसं करतात.
कारण त्यांनी निर्माण केलेली प्रतिमा खोटी निघाली तर त्यांच्या स्वतःच्या भूमिकेला तडे जातील, ते स्वतः उद्ध्वस्त होतील अशी त्यांना भीती वाटते. ही अशी माणसं भ्याड असतात. क्रियाशून्य असतात. क्रियाशून्य माणसं खूपदा इतरांचं कर्तृत्व अमान्य करतात. अशी माणसं कळप करून जगतात आणि सतत कार्यरत असणारा माणूस 'चुकतो कधी?'- याची वाट पाहतात. दुर्दैवाने जर अशी कर्तृत्वशून्य साथ आणि आळसापायी आयुष्य, तारुण्य वाया

घालवणारी संतती वाट्याला आली तर एखाद्या बाणेदार स्त्रीने काय करावं? अशा नादान माणसांसाठी तिला आयुष्यभर खपावं लागतं. तशी ती राब राब राबते, पण ते करताना तिला प्रक्षोभ आवरता येत नाही. ती वाक्ताडन करते आणि श्रेय गमावते. सुजाताच्या बाबतीत मला तिची करिअर, तिची स्वप्नं, तिचा आशावाद ह्याची साधारण कल्पना होती. अन्यायाविरुद्ध चवताळणारं तिचं मन माहीत होतं. म्हणूनच मी तिला तो दगड सांभाळायला लावला."

"कशासाठी ते अजून माझ्या बाई लक्षात नाही आलं." सासूबाईंनी मान्य केलं.

नित्यानंद म्हणाले,

"सुजाता भाग्यवान आहे. तिला चांगलं सासर मिळालं हे मला माहीत आहे. मी लांबून लांबून चौकशी करीत होतो. ह्या दगडापायी तुमच्यात पराकोटीची मोडतोड झाली असती तर मी अगोदरच भेटलो असतो. तुमच्या प्रतिक्रियाही मानवी स्वभावाला अनुसरून होत्या. हे नव्या घरात प्रवेश करणाऱ्या मुलीला आकलन होत नाही. शब्दाने शब्द वाढतो. संयमाचं महत्त्व पटवण्याचा माझा हा प्रयोग होता. आपलं नाणं ठणठणीत आहे हे माहीत होतं, म्हणून सुजाता निर्भय होती. निर्भय मन शांत असतं."

सुजाता चहाचे कप घेऊन बाहेर आली तर सगळे गप्प गप्प होते. सौरभ आणि सौरभचा परिवार आतून अस्वस्थ होता. स्वत:च्या मनाने निर्माण करून जतन केलेला पट, मनातल्या मनात पाहण्याचं धाडसही त्यांच्याजवळ नव्हतं.

सुजाताने नित्यानंदांना विचारलं,

"आता ह्याचं काय करायचं?"

"हा दगड आता टाकून द्यायचा.."

सुजाताने चमकून विचारलं,

"इतका व्हॅल्युएबल..."

"व्हॅल्युएबल म्हणजे..."

"सातपुड्याच्या जंगलातून तुम्ही तो..."

"ती थाप होती."

सुजाताने ह्या माणसाने अशी थाप का मारावी अशा नजरेने पाहिल्यावर नित्यानंद म्हणाले,

"परंपरेचा शेंदूर फासल्याशिवाय आपण दगड सांभाळत नाही. हा एकच दगड नव्हे, तर संसारात असेच कोणते ना कोणते शेंदूर लावून अनेक दगड आपण सांभाळतो. मूळ तत्त्वांचा विसर अशा ह्या प्रतिकांच्या नादी लागल्याने कधी पडतो, हेही आपल्याला कळत नाही. मूळ धर्म जाणून घ्यायचा नाही.

तेव्हा धर्म, दया, शांती, क्षमाभाव ह्या मूळ माणुसकीच्या प्रेरणा झाल्या की प्रतीकं फेकून द्यायला हवीत. आपापल्या मनातही आपण स्वत:च्या समजुतीने दगड जोपासलेले असतात. समोरच्या माणसांचा आक्रोश ऐकूनही पाझर फुटत नाही, त्याला हेच दगड कारणीभूत असतात. संसार यशस्वी करायचं रहस्य संयमात, निर्भय होण्यात आहे हे तुला समजलं आहे. तेव्हा हा दगड आता टाकून द्यायचा!''

✣ ✣ ✣

पॅटर्न

"या, या राजे या."

इन्स्पेक्टर वाघांनी जावयाचं स्वागत केलं. समोरच्या खुर्चीवर संकोचाने बसता-बसता राजे म्हणाले,

"साहेब, एक रिक्वेस्ट करू का? मला 'राजे' अशी हाक मारत जाऊ नका."

"ते तर तुमचं आडनाव आहे."

"पण तुम्ही हाक मारताना बहुमानार्थी विशेषणासारखी हाक मारता."

"तुमच्या आडनावात बहुमान लपलाय त्याला काय करणार? नाहीतर आम्ही! आडनाव काय? तर वाघ. आडनावाप्रमाणे दिसलो तरी चोरी, नाही दिसलो तर चेष्टेचा विषय. कुणाच्या पोटी जन्म घ्यावा हे जसं हातात नाही, तसंच कोणतं आडनाव जन्मभर बाळगायचं हाही चॉइस नाही. असो. आज ऑफिसात गाठलंत आम्हाला?"

"सहज."

"तुमचा शब्द तुमच्या चेहऱ्यावर दिसत नाही."

वाघांचं विधान ऐकून राजे गडबडले.

"माझ्या लक्षात आलं नाही."

"आमच्याच लक्षात आलं नाही. म्हणजे असं, चेहरा अत्यंत व्यग्र दिसत असताना, क्राइम ब्रँचला हयात घालवलेल्या सासऱ्याला, एक जावई 'सहज आलो' असं का सांगतोय, ते लक्षात येत नाही."

प्रशांतचा चेहरा उतरला. आता सहजतेचं नाटक करणं कठीण होतं. काही खुलासा करायच्या आत वाघ पुढे म्हणाले,"आमची दीपा फार छळत असेल असं काही वाटत नाही. पुरुषांचं वजन वाढू लागलं की ओळखावं, बायकोकडून नो प्रॉब्लेम."

"वाघसाहेब, हे शंभर टक्के खरं नाही. ज्या व्यक्तीला खूप काळज्या असतात, त्याचंही वजन वाढू शकतं."

"असं?"

"येस्. खाणं ही अशा माणसाची एन्टरटेनमेंट होते. त्याचं वजन वाढतं."

प्रशांतचं विधान संपता-संपता वाघ म्हणाले,

"दॅट मीन्स, दीपा इज क्रिएटिंग वरीज."

सासऱ्याने बरोबर पकडलं हे जाणून प्रशांत म्हणाला,
"समव्हॉट."
"म्हणून तुम्ही आलात."
"खरं यायला नको. नवराबायकोला संसारातले प्रॉब्लेम्स एकमेकांत सोडवायला यायला हवेतच. कारण ते त्यांनीच निर्माण केलेले असतात. ते काही आकाशातून पडत नाहीत. म्हणजे असं..."
प्रशांत थबकला. वाघ आता आपल्याला बोलायला लावतीलच हे माहीत असून तो थबकला.
"येस्, गो ऑन."
"मला असं वाटतं की, नवराबायकोला जर त्यांनीच निर्माण केलेली समस्या सोडवता येत नसेल तर कुणालाच सोडवता येणार नाही."
"असं? मग नवराबायको सोडवू का शकत नाहीत?"
"ते मला माहीत नाही."
वाघ म्हणाले,
"इगो मध्ये येतो."
"मी कधी गर्वाने वागतो का?"
'इगो' शब्दानेच अस्वस्थ होत प्रशांतने उतावीळपणाने विचारलं.
(जशी लेक तसा बाप. माझा 'इगो' काढतात.)
वाघ हसत-हसत म्हणाले,
"राजे, तुमचा स्वर चढला का?"
"नाही पपा, मी तुमच्यावर कसा रागवेन? पण तुमच्या दीपाच्या तोंडी जाता-येता तो शब्द येतो. मी तसा नसताना. इट्स व्हेरी फनी."
ज्या माणसाला सतत वाटतं की, आपल्याला गर्व नाही, गर्व नाही, तेव्हा ते तसं वाटणं हाही गर्वाचाच एक भाग असतो. प्रशांतला हे सांगावं असं वाघांना वाटलं. पण प्रशांतसारख्या माणसाचा इगो डिवचण्यापेक्षा, त्याला गौरवला तर तो जास्त मोकळा होईल, हे त्यांना माहीत होतं. प्रशांत त्यांचा जावई असल्यामुळेच केवळ त्यांना ते माहीत होतं असं नाही, तर त्यांची एकूण काम करण्याची पद्धतच तशी होती. भल्या भल्या गुन्हेगारांना त्यांनी बोलतं केलं होतं ते ह्याच मार्गाने. जिभेसारखं हत्यार नाही हे वाघांनी फार लवकर ओळखलं होतं. धोबीघाटावर धबधबा कपडे आपटणाऱ्या, एखाद्या धोब्यापेक्षा क्राइम ब्रँचचा ऑफिसर वेगळा असतो, असायला हवा ही त्यांची भूमिका. धोबीघाटापेक्षा खुबीघाटावर ते समोरच्या माणसाला बोलतं करत. प्राप्त परिस्थितीत समोरच्या माणसाने तोच गुन्हा करणं कसं आवश्यक होतं हे ते गुन्हेगाराला प्रथम पटवून

देत असत. म्हणजे त्याची कृती अत्यंत समर्पक आहे, हे स्वत:ला पटल्याचं दाखवत असत. त्यामुळे पन्नास-पन्नास फटके आणि गुरासारखं पिटूनही गुन्हेगार जे कबूल करीत नसत ते सगळं, अंगाला हात न लावता वाघ त्याच्याकडून वदवून घेत असत.

ते जाता-येता आपल्या सहकाऱ्यांना सांगत असत की मार खाणं, हा त्या लोकांचा प्रारंभी अनुभवाचा, मग सवयीचा आणि शेवटी व्यसनाचा भाग होतो. मार देणाऱ्या माणसालाही कमी कष्ट होत नाहीत. सारखी संतापण्याची सवय लागते. तेव्हा मार खाऊन वठणीवर येणाऱ्या गुन्हेगारांची संख्या हळूहळू कमी होते. ह्यापेक्षा त्याच्या मनाला हात घाला. पोलिसी व्यवसाय दंडुक्यापेक्षा बुद्धीने करा. समोरच्या माणसाचं बलस्थान शोधण्यापेक्षा, तो दुर्बल कशाने होतो ते जाणून घ्या. प्रहार तिथं करा. त्याला मारझोड करणं म्हणजे त्याच्या बलस्थानाशी झुंज देण्यासारखं आहे. मारलं की गुन्हा कबूल केला जातो हा एकच नियम जर आयुष्यभर सांभाळलात, तर तुमच्याही बुद्धीची वाढ होणार नाही. फक्त झोडपून काढून प्रश्नांची उत्तरं मिळवायची असतील तर चार पैलवान नेमून काम भागलं असतं. गुन्हेगाराला बेरड बनवू नका. त्याला हळुवार बनवा, म्हणजे तुमचीही दमछाक होणार नाही.

वाघांच्या ह्या थिअरीमुळे, अट्टल बदमाषाशी मुकाबला करूनही, ते टवटवीत राहत असत. ते टवटवीत राहत म्हणून कधी तकतकलेले नसत. इतर अधिकाऱ्यांची मती जेव्हा कुंठित होत असे, तेव्हा त्यांचा मेंदू जास्त शीघ्रतेने काम करीत असे.

बदमाष माणसांच्या बाबतीत जर हा न्याय होता तर समोर जावई आल्यावर काय होईल? जावयाच्या वृत्ती माहीत असूनही ते म्हणाले,

"दीपाने अजून तुम्हाला ओळखलं नाही."

"कुणी कुणाला ओळखलं नाही, कुणास ठाऊक."

"दॅट्स ट्रु."

तेवढ्यात फोन वाजला. पाच मिनिटं वाघ, दुसऱ्या पोलीस ठाण्याशी बोलत होते. फोन खाली ठेवत ते म्हणाले,"सॉरी, जरा भानगडीची केस होती आणि भोईवाडा फोनवर बोलतच राहिला."

प्रशांत गप्प होता. पोलीस खात्यातली माणसं सहसा नावं सांगत नाहीत, हा त्याचा अनुभव होता. 'भोईवाड्याचा फोन', 'ऑर्थर रोडचा कॉल' ह्या भाषेतच ते बोलतात आणि बापाच्या व्यवसायातली हीच सोईची बाब दीपाने उचलली होती. पठ्ठी जाम नाव सांगता नाही. आता वाघांकडे तक्रार नोंदवली की ते प्रथम त्या माणसाचं नाव विचारणार. मग पाठोपाठ पाचशे प्रश्न. पोलीस खात्याची हीच

रीत. तक्रार घेऊन जाणाऱ्यालाच जाम पिळायचं.
"बोला राजे, दुसरा फोन यायच्या आत बोला."
"सावकाशीने येऊ का?"
"आपसात मिटवताय का?"
"तसं असतं तर काय हवं होतं?"
"मग बोलून टाका."
प्रशांत गप्प राहिला.
"आणखीन कुणाचा सल्ला वगैरे मागितलात का?"
तो नाही म्हणाला.
"चर्चा वगैरे..."
"चर्चा होतेच आपोआप लोकांच्यात."
"लोकांचं मनावर घ्यायचं नाही."
"मामला दोघांतच असता तर प्रश्न नव्हता."
"रूपाच्या बाबतीतच प्रॉब्लेम आहे का?"
"हं!"
"मग चला."
"कुठे जायचं?"
"रूपाच्या ऑफिसात जाऊ, तिला बाहेर काढू. कुठेतरी मस्त जेवण घेऊ. जठराग्नी तृप्त झाला की कितीही गंभीर समस्या असली तरी काही वेळ तरी छान वाटतं. 'वुई आर अॅट द टॉप ऑफ द वर्ल्ड' असं वाटतं. सगळे महत्त्वाचे प्रश्न त्यावेळेला सोडवावेत."
"मला रूपाच्या समोर काही बोलता येणार नाही."
"माझं ऐकाल का?"
"म्हणून तर तुमच्याकडे आलो."
"दॅट्स इट. तुम्हाला रूपासमोर ही चर्चा का नकोय? काही खास कारण?"
प्रशांत गप्प राहिला.
"आपण चर्चा केली, हे केव्हातरी तिला कळणारच."
"कसं कळेल?"
"तुमच्या प्रॉब्लेममध्ये मी लक्ष घातलं, म्हणजे तिला काहीतरी विचारणं, सांगणं आलंच."
"पण..."
"तुमची ती बायको. माझी मुलगी. मुलीवाचून संसार थांबत नाही. बायकोवाचून थांबतो. डू यू अॅग्री?"

तोंडाने कबूल करण्याचं धाडस प्रशांतजवळ नाही, हे वेगळं सांगण्याची गरज नव्हती. कारण निर्भीड माणसं असं कुणाच्या गैरहजेरीत त्या माणसाबद्दल बोलत नाहीत.

वाघ पुढे म्हणाले,

"तुम्हाला तिच्याबरोबर आयुष्य घालवायचं आहे. तेव्हा तिच्या अपरोक्ष तुम्ही तिच्या बापाकडेही तक्रार करता कामा नये. पत्नी ह्या नात्यापुढे, स्वतःच्या मुलांसकट सगळे परके."

"स्वतःची मुलंही..."

प्रशांत चमकून पाहायला लागला. वाघ स्वतःचं आयुष्य समोर आणत म्हणाले,

"आत्ता तुम्हाला ते पटणं जड जाईल. कारण तुमची मुलगी लहान आहे. तुमच्यावर ती डिपेंडंट आहे. डिपेंडंट माणसं फार प्रेमळ आहेत असं आपल्याला वाटतं. प्रेम दाखवणं ही त्यांची व्यावहारिक गरज असते. मुलं जोपर्यंत लहान असतात तोपर्यंत त्यांचा तो आंतरिक उमाळा असतो. त्यांच्या वैयक्तिक गरजा कमी असतात. आपण आपल्या प्रेमाचा वर्षाव वस्तूंच्या रूपाने व्यक्त करतो. देणग्यांचा वर्षाव करतो. तिथं चुकतं."

प्रशांत लक्षपूर्वक ऐकायला लागला. वाघ हुरुपाने म्हणाले,

"आपल्या मुलांचं वस्तूंवरचं प्रेम आपणच वाढवत नेतो. त्यांच्या गरजांची वाढ करतो. मग चालत्या-बोलत्या माणसांपेक्षा, वस्तूंना प्रायोरिटी मिळते. मुलं मोठी व्हायला लागली की त्यांची स्वतःची मतं तयार व्हायला लागतात. तुम्ही त्यांना इनडायरेक्टली आत्मकेंद्रित बनवत जाता. कालांतराने मिळणाऱ्या वस्तूंचीही किंमत राहत नाही आणि त्या वस्तू देणाऱ्यांचीही."

प्रशांतने चमकून विचारलं,

"असं कसं होईल?"

"अगदी साधं उदाहरण देऊ का?"

प्रशांतच्या होकाराची वाट न बघता वाघ म्हणाले,

"बटण दाबल्याबरोबर खोलीतला दिवा लागतो. आपण तेव्हा दिव्याकडे पाहतो का? तो लागला नाही म्हणजे लक्ष जातं. करेक्ट? त्याप्रमाणे तुम्ही एखादी मागणी नाकारून बघा. आत्तापर्यंत हा दिवा प्रत्येक क्षणी लागत होता–नव्हे, जळत होता–ह्याचं विस्मरण झालेलं दिसेल. डू यू गेट मी? तेव्हा मुलंही परकी. बायकोच जाणीव ठेवते."

"नॉट ऑलवेज."

वाघ ठामपणे म्हणाले,

"ऑलवेज. फक्त व्यक्त करताना मध्ये अहंकार येतो."
वाघांचं विधान संपता-संपता प्रशांतने उतावीळपणे विचारलं,
"जाणीवच नाही म्हणून बायको गप्प राहते की अहंकाराने हे कसं ओळखायचं?"
"वर्षानुवर्षं एकमेकांना नावं ठेवत नवराबायको संसार करतात. एकमेकांच्या नावाने चाललेला त्यांचा शंख येता-जाता ऐकून, आपण पटकन् म्हणतो, ह्यांचं जर एक क्षण एकमेकांशी पटत नाही, तर ते विभक्त का होत नाहीत?"
"करेक्ट."
"त्याचं हेच कारण. एकमेकांचा चांगुलपणा सांगताना अहंकार आडवा येतो आणि तरीही ते विभक्त होत नाहीत, कारण आपल्यातलं इतर काय काय टॉलरेट केलं जातं ह्याचं भान असतं आणि ही रिलेशनशिप फक्त नवराबायकोत असते. इतर सगळी नाती नीड-ओरिएण्टेड."
वाघांची ही ठाम मतं ऐकून प्रशांत गप्प गप्प झाला. आता आपण आपली समस्या सांगावी की सांगू नये? आपण इतके दिवस सहन केलं. वाघांच्या विधानाप्रमाणे रूपानेही आपल्याला टॉलरेट केलंय. आपलं वागणं तिलाही असह्य होत असेल का?
पण आपण तर कधीच चुकत नाही, ह्या विचारापाठोपाठ प्रशांतच्या मनाने त्याला जाब विचारला,
'तुझं काहीच चुकत नाही, मग तुमच्यात संघर्ष का होतात?'
पहिलं मन म्हणालं,'तेच कळत नाही.'
'मग स्वत:ला जे कळत नाही ते दुसऱ्याकडून समजून घ्यावं.'
'म्हणजे कुणाकडून?'
'वाघांनाच विचार.'
'काय विचारू?'
'आज तू जसा त्यांच्या मुलीबद्दल तक्रार घेऊन आला आहेस त्याप्रमाणे तुझ्या नावाने शंख करीत तीसुद्धा बापाकडे गेली असेलच की! ते काढून घे.'
'नको.'
'का? भीती वाटते? आपण एक्स्पोज होऊ असं वाटतं का? ते सगळं खोटं आहे असं तू म्हणू शकतोस. कमॉन, गो अहेड. ती बापाचा सल्ला मागते का बघ. तिला बापाची फूस आहे का काढून घे. तुम्ही तुमचे प्रश्न सोडवा अशी भूमिका बापाने मुलीच्या बाबतीत स्वीकारली का, बघ.'
'पण...'
'तूही सासऱ्याला एक्स्पोज करू शकतोस.'
–माणसाचं दुसरं मनच त्याचा खरा मित्र असतं.

दोन मनांचा संवाद ऐकून प्रशांतने वाघांना विचारलं,
"रूपाला माझं काय काय टॉलरेट करावं लागतं?"
"ते तिने मला कधीच सांगितलेलं नाही. तुम्हाला ते जाणून घ्यायचंय का?"
"हो, म्हणजे मी माझ्यात सुधारणा करीन."
"ते तर अगदीच सोपं आहे. आपली मुलं म्हणजे आपले खरे परीक्षक असतात. आई, वडील म्हणजेच नवरा-बायको आपण होऊन एका टीकाकाराला जन्माला घालतात. ती मुलं परखडपणे कुणाचं चुकतं हे अचूक सांगतात. आपण त्यांना 'तुला अक्कल नाही' म्हणून गप्प बसवतो."
प्रशांतने मध्येच विचारलं,
"त्यांना अक्कल असते का?"
"नसते म्हणूनच ती खरं बोलतात. अक्कल वाढली की अहंकार वाढतो. आडमुठेपणा रक्तात वाहतो. खरं आणि खोटं ह्यात जे सूक्ष्म अंतर आहे तिथं मतलब साठू लागतो. पुढे त्यात स्वार्थाची भर पडते. मुलांना मग कुणाची बाजू घ्यायची ते कळायला लागतं. मुलं सब्जेक्टिव्हली बोलत नाहीत. ऑब्जेक्टिव्हली बोलतात. ह्याउलट आपण सब्जेक्टिव्हली जगतो."
"आपण कसे जगतोय ह्याचाच पत्ता लागत नाही."
वाघ गंमतीने म्हणाले,
"आपण सगळे 'डिप्लोमॅटिक'कडून 'ॲटोमॅटिक'कडे दौड करीत आहोत. आपल्यातला माणूस झपाट्याने नाहीसा होत आहे. साधे प्रश्न आपण गहन करतो आणि मग जी समस्या निर्माण होते, तिचे बळी होतो. डिप्लोमॅटिकली प्रश्न विचारले की ॲटोमॅटिकली उत्तरं मिळतील ह्या भ्रमात आपण वावरतो. मुलांचा उपयोग मग 'साथीदारा'ऐवजी आपण 'साक्षीदारा'सारखा करतो. मुलंही मग 'कल' पाहून बोलायला शिकतात. जाऊ दे. प्रॉब्लेम सांगा."
"तुमची दीपा..."
"ती आता तुमची रूपा."
"नावच बदलतं. वृत्ती तीच राहते."
"जाऊ दे. प्रॉब्लेम..."
"ती आणखी एका माणसाच्या प्रेमात पडली आहे."
कोणतीही भयानक बातमी ऐकायचा सराव असलेले वाघ ह्या बातमीने चमकले. पण दुसऱ्या क्षणी सावरले. मेंदूतल्या पेशींना इंधन मिळालं की ते तरतरीत होत असतं. गुन्हेसुद्धा तेच तेच ऐकून त्यांना मरगळ येत असे. कधीकधी ते स्वतःशी म्हणत,
'आपला देश विचारांनी इतका दरिद्री होत चाललाय की नवे गुन्हेही जन्माला

येत नाहीत.'

ह्या क्षणी ते जरा तरतरीत झाले, पण दुसऱ्या क्षणी हताश झाले. आणखी एका माणसाच्या प्रेमात पडणं हा काय नवा गुन्हा होऊ शकतो का? हा चाकोरीतला गुन्हा. स्वतःच्याच नवऱ्याच्या प्रेमात पुन्हा पडणं असं आता कुणी सांगितलं, तर तो वेगळेपणा झाला असता. समोर जावयाऐवजी आणखी कुणी असता तर बातमी उडवून लावता आली असती. 'आय विल लुक इन टू इट' म्हणत जास्त महत्त्वाच्या गोष्टीकडे वळता आलं असतं.

पण दीपा ऊर्फ रूपाचा प्रश्न आहे.

डावलता येणार नाही.

वाघ स्वतःच्या विचारांतून जागे झाले. दीपाची बातमी ऐकून आपण चेहऱ्यावर आश्चर्यही दाखवलं नाही हे वाघांच्या लक्षात आलं. तोपर्यंत प्रशांतने विचारलं,

"तुम्हाला हे माहीत होतं?"

"कसं शक्य आहे?"

"तुमच्या चेहऱ्यावरून तसं वाटलं."

वाघांनी चक्क थाप मारली.

"तो आता आमच्या व्यवसायाचा भाग झाला, नाही का?"

प्रशांतने अधीरतेने विचारलं,

"मी आता काय करू? आणखीन एका माणसावर प्रेम आहे म्हणजे..."

वाघ पटकन् म्हणाले,"ह्याचा अर्थ तुम्हीही त्यात आहात. ती तुम्हाला सोडून प्रेम करत नाही. 'आणखीन' ह्याच शब्दात ते आलं."

"ह्यात काही अर्थ आहे का? ती आता एका मुलीची आई आहे."

"तो कोण आहे?"

"तिच्याच ऑफिसात आहे."

"नाव?"

"शास्त्री."

"शास्त्री? नॉनमहाराष्ट्रीय?"

"हो, पण अस्खलित मराठी बोलतो."

"तुमची ओळख झाली?"

"अजून नाही. तो घरी येणार आहे."

"कधी?"

"असं महिनाभर रूपा सांगतेय."

"रूपाची आणि शास्त्रीची नुसती मैत्री असू शकत नाही का? जस्ट अ फ्रेंड..."

"रूपा तसंच म्हणते."

"आणखीन..."

"ती मला वारंवार सांगते की, मला शास्त्रीत इंटरेस्ट नाही. 'मी तुला प्रतिसाद देऊ शकणार नाही' असं तिने त्याला स्पष्टपणे सांगितलं असं ती म्हणते. पण तो ऐकत नाही. पिच्छा पुरवतो."

"म्हणजे काय करतो?"

"ऑफिसातल्या इतर लोकांनाही जाणवेल असं वागतो. त्याने त्याच्या टेबलाची पोझिशन आणि बसण्याची डिरेक्शन बदलून घेतली. खिडकीकडे पाठ करून कुणी बसेल का? पण सतत रूपा दिसत राहावी म्हणून..."

"असं तुम्हाला वाटतं?"

"रूपाच सांगते. त्यानंतर साहेबांनी बोलावलं की तो सरळ न जाता, रूपाच्या टेबलासमोरून जातो. केबिन लांब पडलं तरी. रोज वेगळं प्रेमाचं, विरहाचं गाणं दिवसभर गुणगुणतो. रूपाने चहा मागवल्याशिवाय तो चहा मागवत नाही. तिचा चहा पिऊन झाल्याशिवाय तो स्वत:चा चहा पीत नाही. एक दिवसाआड रूपासाठी गजरा आणतो. तिला रोज स्कूटरवरून घरापर्यंत सोडतो."

"तुम्ही स्वत: पाहिलंत?"

"रूपा सांगते."

"ती रोज त्याच्याबरोबर स्कूटरवरून का येते?"

"मुलीसाठी."

"एवढ्या गोष्टींवरून त्यांचं प्रेमच असायला हवं असा भाग नाही."

"बायकोच्या हालचालींवरून समजतं की!"

"कसं?"

"रूपा आता जास्त पर्टिक्युलर राहू लागली आहे. आता सतत घर आवरत असते. कोणत्याही दिवशी शास्त्री घरी येईल, म्हणून टिपटॉप राहते. पूर्वी कामावर जायचा कंटाळा करायची. दांड्या मारायची. आता नेमाने जाते. त्याशिवाय माझा आणखी एक तर्क आहे. ती हल्ली..."

वाघ हसले. प्रशांत थांबला. तो आता हसण्याचं कारण विचारणार हे जाणून वाघ म्हणाले,

"सगळ्यांचं असंच होतं."

"काय?"

"तर्कावर प्रेम असतं. प्रत्येक माणूस प्रेमळ असतो असं मी मानतो. आपली फक्त रीत बदलणं आवश्यक आहे."

"कशी?"

"चार भिंतींच्या आत फक्त प्रेमच असावं. चार भिंतींच्या बाहेर तर्काने प्रश्न

सोडवावेत. आपण उलट करतो. ज्यांच्याबरोबर आयुष्य घालवायचं त्यांच्याशी मोकळेपणाने न बोलता नुसते तर्क करीत बसतो.''

''मी काय करायला हवं?''

''रूपाशी मोकळेपणी बोला. शास्त्रीशी दोस्ती करा. त्याला घरी बोलवा. दोघांना ऑब्झर्व करा. पुढे काय करायचं ते बघू.''

काहीशा विचारात पडत प्रशांत म्हणाला,

''त्यापेक्षा मी रजा घेतो. त्यांच्यावर वॉच ठेवतो.''

''तुम्ही क्राइम ब्रँचला आहात का? वॉच वगैरे ठेवून बातम्या काढायचं काम आमचं.''

प्रशांतने उतावीळपणे विचारलं,

''वाघसाहेब, खरंच वॉच ठेवाल का?''

''स्वत:च्याच मुलीवर?''

''नाही हो, शास्त्रीवर.''

''म्हणजे काय होईल?''

''त्या दोघांचं तसं काही नसेल तर रूपाच्या आणि माझ्या रिलेशन्स चांगल्या राहतील.''

''भले! आणि रूपा जर शास्त्रीमध्ये इनव्हॉल्व्ह झाली असेल–अर्थात तुमच्या रिपोर्टप्रमाणे –तर माझ्याच स्टाफला कळेल, साहेबांच्या पोरीची भानगड आहे म्हणून. मग काय करायचं?''

प्रशांत निरुत्तर झाला. त्याची काहीशी केविलवाणी अवस्था पाहून वाघ हसत हसत उठले. टेबलाला वळसा घालून ते प्रशांतजवळ आले. त्याच्या खांद्यावर वात्सल्यभावाने थोपटीत ते म्हणाले,

''माय यंग बॉय, डोण्ट वरी. वुई शॅल फाइण्ड द प्रॉपर सोल्यूशन.''

उठून उभं राहत प्रशांत म्हणाला,

''तुमच्या स्टाफला कळेल म्हणता ते बरोबर आहे.''

समजुतीच्या सुरात वाघ म्हणाले,

''समाजाला घाबरायचं ठरवलं तर कोणतीही समस्या सोडवता येत नाही. स्वत:चं आयुष्य स्वत:लाच जगावं लागतं आणि समस्या सोडवल्याशिवाय जगता येत नाही. स्वत:च्या समस्येपेक्षा समाज श्रेष्ठ आहे, असं मानलं की जगणं हीच समस्या होते. त्याचप्रमाणे स्वत:च्या अस्तित्वापेक्षा समस्या मोठी आहे असं मानलं तर समस्या कधीच सुटत नाही.''

''पपा, आपली बायको दुसऱ्यावर प्रेम करते ही काय छोटी विवंचना आहे का?''

अगदी जिव्हाळ्याने वाघ म्हणाले,

''मिळवती बायको हवी होती ना? समाजाला टाळून रूपा नोकरी कशी

करणार? जत्रेत गेलं की काही धक्के लागायचेच. माणसं हरवायचीच. घराला एकच रंग असतो. जत्रा बहुरंगी, बहुढंगी असते. लहान मुलं त्यात हरवतात. म्हणून तर मोठ्या माणसांनी त्यांचा हात सोडायचा नसतो. जो हरवतो त्याच्यातलं मूल मूलच राहिलं आहे असं समजायचं. आपण हात घट्ट धरलेला असला म्हणजे मूल जत्रेत कितीही रमलं तरी त्याला घरी आणतोच की नाही? इथे आपण उलट वागतो. वैतागून हातच सोडतो आणि लांबून ते आणखीन किती हरवतं ते पाहतो. जिथं ते मूल रमल्यासारखं वाटतं तिथं कदाचित ते भांबावलं पण असेल. तसं करायचं नाही. म्हणजे हात सोडायचा नाही. त्याचप्रमाणे त्या मुलाला जत्रा, प्रदर्शन ह्याच्यापासून लांब पण ठेवायचं नाही. दोन घटका ते जत्रेत रमलं तर दहा घटका संसारात, घरकुलात टवटवीत राहतं.''
प्रशांत ह्या जगावेगळ्या समर्थनाकडे आणि वाघांकडे पाहत राहिला. वाघ त्याच्या नजरेत डोकावून पाहत म्हणाले,
''राजे, जत्रेत कुणीही केव्हाही स्वतःचा पत्ता विसरतो. उद्या तुम्ही हरवलात तर रूपालाही मी हेच सांगेन.''

वाघांच्या मर्जीतल्या माणसाने आठव्या दिवशी रिपोर्ट दिला. बारीकसारीक हालचालींचा त्या माणसाने इतका तपशील पुरवला की त्या हालचालींचा खुद्द शास्त्रीलाही पत्ता नसेल. वाघ बेचैन झाले.
ह्याचा अर्थ रूपामध्ये काहीही फरक पडलेला नाही.
ती तशीच आहे.
अजून.
आपण समजू शकतो. राजेंची समजूत कशी पटणार?
रूपा म्हणजे दीपा.
ती अजून दीपाच आहे.
खरंच, ती कोण आहे? दीपा की रूपा?
नाव बदलून काहीच बदलता येत नाही.
नुसतं नावच कशाला? वय बदललं तरी सवय तीच. परिस्थिती बदलली तरी स्थिती तीच. मिस्‌ची मिसेस् झाली तरी समथिंग मिसिंग.
समथिंग नव्हे, सेम थिंग.

आपण कोणीतरी व्हावं असं एखाद्या माणसाला वाटलं तर नवल नाही. ती जिवंत मनाची खूण आहे. पण 'आपण कोणीतरी आहोत' असं समजून त्या समजुतीत तो माणूस जगायला लागला तर?

वाघांच्या टेबलावर एक साधा वहीचा कागद. त्याच्यावर दोन छोट्या ओळी.

'वारूळ, वारूळ,
मुंग्यांचे देऊळ.'

त्या ओळींनी वाघ चमकलेच. अक्षर दीपाचं. पण ही कविता कुणाची? वास्तवाच्या जवळ, नव्हे-वास्तवाच्या गर्भातून प्रकट होणारा कल्पनाविलास कुणाचा? मुंग्या-वारूळ आणि देऊळ, तिन्हींचं नातं जोडणारा आविष्कार कुणाचा? ह्या मुलीत हा स्पार्क कुठून आला?

बागेत खेळणाऱ्या दीपाला त्यांनी हाक मारली,

"बेटा, हा कागद कसला?"

दीपा गप्प राहिली.

"हे तू लिहिलंस?"

ती काही बोलली नाही. पण चेहऱ्यावर हे आपण सहज लिहू शकतो असा भाव. संध्याकाळी तिला एक बाहुली मिळाली आणि चॉकलेट. त्यानंतर इन्स्पेक्टर वाघ सगळ्यांना कौतुकाने सांगायचे,

"माझा मोठा मुलगा कोणीतरी होणार असं मी समजत आलो. सालं हे प्रमोशन मिळालं. आता खाजवायला फुरसत मिळत नाही. पोरीकडे माझं दुर्लक्ष होतं. पण तिची ही भरारी पाहा."

वाघांचा हा आनंद फक्त आठ दिवस टिकला. अगदी सहज त्यांनी एकदा दीपाचं मराठीचं क्रमिक पुस्तक वाचायला घेतलं. त्यात सतरावं पान नव्हतं. त्यांनी दीपाला हाक मारली,

"अगं, तुझ्या ह्या पुस्तकात एक पान कमी आहे."

"पहिल्यापासून कमी आहे."

"मग सांगायचं नाही का?"

"त्याने काही अडलं नाही की!"

मुलीकडे आपलं फार दुर्लक्ष झालं, हे त्यांना जाणवलं. ते गप्प राहिले. पण दुसऱ्याच दिवशी त्यांची मोटारसायकल 'आयडियल बुक कंपनी'समोर उभी राहिली. केवळ चेहऱ्यावरून समोरचा माणूस दखलपात्र गुन्हेगार आहे की नाही, हे जसं वाघ ओळखत असत त्याप्रमाणे काऊंटरबाहेरचं गिऱ्हाईक दखलपात्र आहे की नाही हे आयडियलच्या मालकांनाही समजतं. तत्परतेने मालक पुढे धावले. वाघांनी पुस्तक घेतलं. काऊंटरवरच सतरावं पान पाहिलं आणि ते सर्द झाले. सतरा पानावर तीच कविता छापलेली.

संध्याकाळी त्यांनी दीपाच्या हातात ते पुस्तक ठेवताक्षणी ती रडायला लागली. वाघ युनिफॉर्मसहित आडनावही विसरले. ते एक अक्षर बोलले

नाहीत. त्या रात्री आईच्या कुशीत न झोपता दीपा बापाच्या कुशीत झोपली. एरवी अंधाराला घाबरणारी त्या रात्री प्रकाशाला घाबरत होती. ती अंधार होण्याची वाट पाहत होती. वाघांनी दिवा बंद करताक्षणी त्यांच्या कुशीत शिरत दीपा म्हणाली,

"पपा, आय ॲम सॉरी."

दीपाला इंग्रजी भाषा माफी मागताना जवळची का वाटली ह्याचा वाघांनी विचार केला नाही. जाता-येता 'सॉरी' शब्द वापरून त्यातला क्षमाभाव नष्ट झालाय. क्षमा मागतानाही, प्रमाद मान्य करतानाही 'सॉरी' शब्दात अस्मिता सांभाळली जाते. तिला जाणीव होणं महत्त्वाचं होतं. वाघांनी तिला थोपटत म्हटलं,

"तू जरूर कविता करशील. कवयित्री होशील. पण ह्या मार्गाने नाव घालवशील. तुझ्यामुळे मीही फसलो. खूप अभ्यास कर. कविता वाच. दासबोध, गाथा, मनाचे श्लोक जे मिळेल ते वाच. आपोआप मोठी होशील."

दुसऱ्या दिवसापासून दीपा संपूर्ण बदललेली होती. कागदावरची कविता हरवली आणि काही दिवसांनी ती स्वतःच हरवली. कुठे हे समजलं नाही. कशात दंग आहे, समजेना. गप्प गप्प असायची. स्वतःशी हसायची. स्वतःत रमायची. सात-आठ महिने हे असेच गेले असावेत.

त्यानंतर तिने अचानक वाघांना विचारलं,

"पपा, मी पाचगणीला जाऊ?"

"कुणाबरोबर? शाळेची ट्रिप आहे का?"

"ट्रिपच आहे, पण शाळेची नव्हे. पाठककाका जाणार आहेत. ते मला 'चल' म्हणताहेत."

वाघ गप्प राहिले.

"सांगा ना, जाऊ का? 'तुला घेतल्याशिवाय आम्ही जाणार नाही' असं ते सारखं म्हणताहेत. जाऊ?"

"केव्हा जाणार आहेत?"

"तुम्ही 'हो' म्हणालात म्हणजे."

"त्यांचा काहीतरी दिवस वगैरे ठरला असेल ना?"

"ते उद्या सकाळी निघणार आहेत."

"ठीक."

कामावर जाताना वाघ पाठकांच्या घरी गेले, तर पाठक कधीच पाचगणीला गेलेले. घरी येताक्षणी वाघांनी दीपाला विचारलं,

"पाठककाकांनी तुला काय सांगितलं होतं?"

"ते म्हणाले, तू परवानगी काढून ठेव. तयारी करून ठेव. मी गाडी घेऊन

येतो. तसंच निघायचं.''
''नक्की?''
''हो. ते म्हणाले तुझ्याशिवाय आमची ट्रिप होणारच नाही. आमचं लक्ष लागणार नाही.''
''ते तर आजच पाचगणीला गेले.''
त्या रात्री दीपाला ताप आला. तीन दिवस ती झोपून होती. तिच्या आजारपणात पाठक आणि पाचगणी हा विषय कुणी काढणं शक्यच नव्हतं.
दीपाही तो विषय विसरून गेली.
मधल्या काही दिवसांत ती खूप उदास होती. एकटीच गॅलरीत तास न् तास उभी असायची. तिचं जेवणाखाण्यातून लक्ष उडालं होतं. मैत्रिणींकडे जाणं-येणं बंद झालं होतं. गाणी म्हणणं, ऐकणं, टीव्ही... कशाकशातच ती रमत नव्हती. टॉयलेट आणि आंघोळ ह्या दोन्ही गोष्टींना आता अर्धा-अर्धा तास पुरेनासा झाला. तिचं वजन कमी व्हायला लागलं. वाघ जाता-येता तिची चौकशी करीत राहिले. आई बेचैन झाली. मग सर्व तऱ्हेची वैद्यकीय तपासणी सुरू झाली. रक्त तपासण्यापासून एक्स-रेपर्यंत काही उरलं नाही. सगळे रिपोर्ट नॉर्मल आहेत, हे पाहून वाघ निश्चिंत झाले. आता पोरगी खुशाल फुरंगटून बसू दे.
दीपा तेव्हापासून कशी कुणास ठाऊक, पूर्ववत् झाली होती. ह्या वयात मुली अशाच होतात. दीपाच्या त्या तशा वयाचं समाधान, सावरण्यासाठीच होतंच. खऱ्या अर्थाने 'त्या' वयाला अजून अवकाश होता. मुली 'वयात' येण्याच्या काळात काहीशा विक्षिप्त होतात, असं वाघांना ऐकून माहीत होतं. पण दीपाचा विचार करून त्यांना आता पटलं होतं की मुली विक्षिप्तच असतात. काही कमी विक्षिप्त, काही जास्त. कधीकधी वाघांना एकूणच माणूस ह्या प्राण्याची गंमत वाटायची. मूल पाच वर्षांचं होईतो त्याला फारसं कळत नाही म्हणून त्याला विक्षिप्त म्हणायचं. नंतर दहा वर्षांपर्यंत 'वाढतं वय' म्हणून मुलाचं वागणं सहन करायचं. नंतरचं वय धड ना बाल्य, ना तारुण्य म्हणून हेकटपणाने वागायचा काळ. मग 'तारुण्याची धुंदी' म्हणून वेगळं वागणं. मग स्वभाव पक्का बनला म्हणून जो असेल तो स्वीकारायचा. असं म्हणता-म्हणता 'आता एवढ्या उशिरा, ह्या वयात त्याचा स्वभाव बदलणं कसं शक्य आहे?' हे म्हणण्याची पाळी येते. कोणत्या वयाची हमी द्यायची?

शाळेचं गॅदरिंग जवळ आलं. दीपा पुन्हा अंतर्बाह्य फुलून आली. तिला नाटकात काम मिळालं होतं. तिचे पाय आता जमिनीवर नव्हते. घरही पुन्हा टवटवीत झालं. वाघांची नोकरी ही कधीकधी त्यांच्या आयुष्याशी खेळणारी. वरिष्ठांचा

कोप, पत्रकारांचा ससेमिरा, गुन्हेगारी जगाशी सूतगूत असलेल्या मंत्र्यांचा दबाव, जनतेचा असहकार अशा वातावरणातच वेळेचं भान न ठेवता काम करायचं. अशा सगळ्या माणसांना कौटुंबिक स्वास्थ्य मिळावं ही त्यांची निव्वळ गरज नसून, तो त्यांचा ऑक्सिजन असतो. वाघांच्या सुदैवाने त्यांची पत्नी सुरेखा चारचौघींसारखी होती. अधूनमधून खरेदी, एक-दोन सिनेमे, हॉटेलिंग आणि आवश्यक त्या वस्तूंनी घर सुसज्ज, एवढयावर ती संतुष्ट होती. वाघांच्या एकूणच यशस्वी करिअरमुळे बढत्या मिळत होत्या. राहायला मोठमोठ्या जागा मिळत असत. रिटायर झाल्यानंतर भरवस्तीत सोन्या-चांदीचं किंवा कापडाचं दुकान वगैरे काढण्याची जिद्द नव्हती. घरी आल्यावर मन:शांती मिळावी एवढी माफक अपेक्षा बाळगणारे वाघ आणि सुरक्षित सुखाचा संसार मिळाल्यावर संतुष्ट राहणारी सुरेखा. मुलगा नावाप्रमाणेच प्रसन्न.

दीपा वॉज ए प्रॉब्लेम चाइल्ड.

ती सध्या मजेत होती. सध्या तरी. एखाद्या पोलीस स्टेशनसारखी. कधी खळबळ होईल, सांगता येणार नाही.

अशांती हा अनुभवाचा भाग, शांती हा आकांक्षेचा.

कुठेतरी वाचलेलं हे विधान वाघांना टेबलाखालच्या काचेखाली लिहून ठेवावंसं वाटायचं.

दीपा तशीच. पण तूर्त शांत होती.

नाटकात ती कोणती भूमिका करते हे मात्र तिने सांगितलं नव्हतं.

"तुझं काम आम्हाला कसं पाहायला मिळणार?"–ह्या प्रश्नावर दीपाने सांगितलं, "आमच्या शाळेचा हॉल लहान आहे म्हणून पहिला प्रयोग सगळ्या मुलांसाठी होणार आणि पालकांसाठी आम्ही तेच नाटक पुन्हा करणार."

तो दुसरा प्रयोग झालाच नाही. प्रसन्न फिरक्या घेत म्हणाला,"आमच्या दीपाचं नाटक पहिल्या प्रयोगातच कोसळलं."

दीपा गप्प राहायची. हसायची.

त्यानंतर अचानक दीपाचे प्रिन्सिपॉल वाघांना भेटले. दीपाला अभिनयाचं पारितोषिक मिळालं हे समजल्याचं सांगून वाघ म्हणाले,

"तिच्यात अभिनयाची कला कोणाकडून आली, काही कळत नाही."

"कुणाबद्दल बोलताय?"

"दीपाबद्दल. मला ओळखलं नाहीत का?"

"ओळखलं. म्हणूनच विचारतोय." इतकं बोलून त्यांनी पुढे खुलासा केला,"तुमच्या दीपाला स्टेज फ्राइट आहे. आम्ही तिला प्रथम काम दिलं होतं. पाच माणसं समोर बसली तरी घाबरायला लागली. काम काढून घेतलं तर

रडायला लागली. मग स्टेजपाशी साहाय्यक म्हणून-प्रॉम्प्टर म्हणून ठेवली.''
''माझ्या ऐकण्यात काहीतरी गफलत झाली असेल. एनी हाऊ, तिला जरा काम द्या. यंदा नाही, नेक्स्ट इयर ॲटलिस्ट.''
''नक्की.''
वाघांनी दुसऱ्या दिवशी ब्रेकफास्टच्या वेळेला विषय काढला आणि दीपाला एकाएकी चक्कर आली. मग सगळेजण हादरलेच. पळापळ झाली. डॉक्टर आले. वाघ आणि सुरेखा दीपाच्या उशापायथ्याशी बसून राहिले. चार दिवसांत सगळं पूर्ववत् झालं.
तरीही ही पोरगी अशा अधूनमधून थापा का मारते हे कोडं होतंच. तिचं लग्न होईतो अशाच किरकोळ घटना घडत राहिल्या. एकदा तिने सप्पाटून मार खाल्ला. मग ती दोन दिवस जेवली नाही. आधी हातापाया पडली. वाघ तिच्याशी नाइलाजाने पूर्ववत् वागू लागले आणि कालांतराने त्यांचं त्यांना जाणवलं की, आपल्या रागाची तीव्रता पूर्वीइतकी राहिलेली नाही.
शब्द म्हणा, संवाद म्हणा, ह्यांच्यासारखा जादूगार कुणी नाही. वैरी नाही किंवा ह्यांच्यासारखा मित्र नाही. केवळ पाण्यालाच 'तुझा रंग कसा?' विचारण्यात अर्थ नाही. हा प्रश्न शब्दालाच विचारायला हवा. षड्रिपूंना जे जे रंग असतील, माया, ममता, वात्सल्य ह्यांना ज्या ज्या छटा असतील, त्या तुम्ही शब्दांना बहाल करा. शब्द त्यात मिटून जातील. कुणाशीही मतभेद झाले, संघर्ष झाले की शब्दांची निर्यात थांबली. प्रथम प्रथम संवाद करावासा वाटतच नाही. कालांतराने ज्याचं त्याला जाणवतं की रागाची धार बोथट झाली आहे. मग काही माणसांना स्वत:चाच राग येतो. आपली शत्रुत्वाची भावना कमी होते ह्याचा अर्थच काय? वैरभावनेतली सहजता संपते आणि मग जाणिवेने शत्रुत्वाची भावना जोपासली जाते. ज्या कारणासाठी एखाद्या व्यक्तीशी एके काळी मैत्री झाली होती ती कारणं, त्याची जी गुणवत्ता आणि सौख्यात घालवलेला भूतकाळ, आमंत्रण देत राहतो. पण अहंकाराचा पहारेकरी फाटक सोडायला तयार नसतो. तो तुमची निर्भर्त्सना करीत राहतो. त्या कोण्या व्यक्तीकडे पुन्हा तुझं मन धावतंच कसं?-हा एकमेव प्रश्न, अहंकार विचारीत राहतो. मग अट्टहासाने वैर जोपासलं जातं. अट्टहासाने संगोपन केलेलं वैर जास्त थकवतं. संगोपनात पुनरुक्ती असते. त्या पुनरुक्तीस सहनशक्तीची कसोटी असते. ह्याचाच जास्तीचा थकवा असतो. पण एकदा का ते फाटक पुन्हा उघडलं तर पहारेकऱ्याची शक्ती कमी होत जाते. पुनर्मैत्रीत शब्दांचा प्रवास सुरू झाला की अधूनमधून तो पहारेकरी गस्त घालतो. स्वत:ची लाज वाटते. पण इथंही पुन्हा शब्द आणि संवाद विलक्षण जादू करतात. अहंकार, भीड, संकोच, अबोला

एकेक वस्त्रं उतरवली जातात. फाटक पुन्हा कायम उघडलं जातं. कुंपणही उरत नाही. फाटक जर कायम उघडंच ठेवायचं असेल तर कुंपणाची आवश्यकताच काय?

तारुण्यात कुंपणाच्या मानापमानाचे खांब खोलवर गेलेले असतात. वाढत्या वयानुसार जमीन खचू लागली की हे खांब केवळ तारांच्या आधाराने उभे राहतात. तारांवर गंज चढायला लागला की त्याही कमजोर होतात.

जीवनमरणाची सरहद्द नजरेच्या टप्प्यात आली की त्याच्या अलीकडची मानवनिर्मित सगळीच कुंपणं नाहीशी व्हावीत असं वाटू लागतं. मात्र ज्यांना जीवनमरणाची सरहद्द कायम दिसत असते, तिचं भान असतं, अशी माणसं कुंपण बांधलेलं असलं तरीही तिथं 'नो थरोफेअर'चे फलक लावत नाहीत.

आणि बापलेकीत कुंपणं टिकतील कशी?

व्यावहारिक, जुजबी संवादांतून वाघ नेहमीच्या नात्याने बोलू लागले तरीही, दीपा मधूनच असं का वागते हे उत्तर मिळालं नाही.

दीपाची रूपा झाली.

खरोखरच त्या चार अक्षतांनी तिचं रूप बदललं. ती फुलली, बहरली.

नोकरी,संसार, मध्येच एक बाळंतपण, नंतर संगोपन ह्या सर्वांत ती हरवली. निर्माण झालेला हा नवा पेच आणि त्यासाठी मार्गदर्शन मिळावं म्हणून धाव घेईपर्यंत प्रशांत, वाघ भूतकाळ विसरले होते.

निर्माण झालेल्या ह्या पेचप्रसंगावर वाघांचा विचार पूर्ण व्हायच्या आत असिस्टंटनी रिपोर्ट सादर केला. तीन-चार दिवस वाघांनी खूप विचार केला. स्वत:शीच काही अंदाज पक्के केले.

अंदाज पक्के करण्याचं वाघांचं एक तंत्र होतं. ते स्वत:च्या मनात फिर्यादी पक्ष आणि आरोपीचा पक्ष उभा करीत असत. प्रश्नांची मांडणी आणि खंडन ही प्रोसेस प्रश्नमाला संपेपर्यंत जारी असे. आणि मग ते ठाम भूमिकेवर उभे राहत असत. शास्त्रीवर वॉच ठेवून जो रिपोर्ट मिळाला त्यावरून दीपाचा प्रश्न सुटल्यात जमा होता. प्रशांतला निरोप पाठवून बोलावून घ्यायचं, असं म्हणता-म्हणता चार दिवस धावपळीत गेले आणि पुन्हा एकदा प्रशांतच आपण होऊन भेटायला आला. अगदी सकाळी, कामावर जाताना. तशाच व्यग्र मन:स्थितीत. ऑफिसात येता-जाता तो म्हणाला, "रूपा आजारी आहे."

"अरे, मग घरी निरोप का नाही पाठवला?"

"आईंना कळवूनच इकडे आलो. दोन दिवस मला सुट्टी होती. तिला थोडा ताप आहे. त्याचं काही विशेष नाही. मुख्य म्हणजे ती घुम्यासारखी बसून आहे. एरवी

हरवल्यासारखी असते. तंद्रीत असते. मजेत वावरते. पण ते हरवणं वेगळं आहे. म्हणून आईंना निरोप द्यायला घरी गेलो होतो. तुमचा फोन...''

''वारलाय.''

''म्हणूनच सांगायला आलो. रूपाची आई माझ्याकडे जाणार आहे. तुम्ही त्यांना संध्याकाळी पिकअप् करा. रूपालाही भेटा.''

''एकाएकी ताप कशाने आला?''

''टेन्शन.''

''शास्त्रीप्रकरण चालू आहे का?''

''वाघसाहेब, तो सगळा घोळच आहे.''

वाघांना हलकं वाटलं. त्यांचा अंदाज खरा ठरणार होता. त्यांनी प्रशांतकडे कुतूहलाने पाहताक्षणी प्रशांत उत्साहाने सांगू लागला,

''मी त्या शास्त्रीला गाठलं. घरी घेऊन आलो. गप्पागोष्टी केल्या तेव्हा कळलं, शास्त्री इज लीस्ट इंटरेस्टेड इन रूपा.''

''काय सांगता?''

''असं शास्त्रीच म्हणतो. शास्त्रीला बोलतं केलं. तो चाटच पडला. त्याने सगळा खुलासा केला. अगदी सविस्तर. शास्त्रीची काही चूक नाही. रूपानेच करून घेतलेले समज.''

''म्हणजे काय?''

''शास्त्री खिडकीकडे पाठ करून बसतो ते रूपासाठी, असं रूपाचं म्हणणं. खरं कारण वेगळं आहे. खिडकीकडे तोंड केलं की बाहेरचा गुलमोहोर दिसतो. शास्त्रीच्या वडिलांना गुलमोहोर अतिप्रिय. शास्त्रीला गुलमोहर दिसला की वडिलांच्या आठवणीने तो कासावीस होतो. म्हणून तो खिडकीकडे पाठ करून बसतो.''

''आणि ते गजरा प्रकरण...''

''बँकेकडून एका माणसाला दुकानासाठी लोन हवं होतं. शास्त्रीने त्या कामात मदत केली. त्या माणसाचा फुलांचा व्यापार आहे. जेवढे गजरे उरतात तेवढे तो शास्त्रीला पाठवतो. शास्त्री एवढ्या गजऱ्यांचं काय करणार? तो ते गजरे सगळ्यांना वाटत वाटत, शेवटी उरतो तो रूपाला देतो.''

''व्हॉट अबाऊट चहा? त्याशिवाय रूपाच्या टेबलाला प्रदक्षिणा घालून जाणं...''

प्रशांत खुलेपणाने हसत म्हणाला,

''त्याला थंड चहा आवडतो, दॅट्स ऑल. टेबलाभोवती प्रदक्षिणा घालून जाण्याचं कारण वेगळंच आहे. सतत बसून बसून त्याच्या पायाला क्रॅम्प्स येतात. पाय मोकळे करायचे म्हणून जरा लांबचा वळसा घेऊन तो साहेबांकडे जातो.''

दोघंही काही वेळ गप्प बसले. मग वाघांनी विचारलं,

"शास्त्रीने हे सगळं तुम्हाला सांगितलं तर! दॅट्स गुड. माझ्या माणसांनी सगळे हेच रिपोर्ट्स दिले. रूपाला आणि शास्त्रीला माझ्या माणसांनी एकदाही स्कूटरवरून जाताना पाहिलेलं नाही. बरं, तो दिवसभर सूचक गाणी म्हणतो, त्याचं काही तो बोलला का?"

"शास्त्री म्हणाला की, सकाळी कामावर येता-जाता कोणत्या तरी एखाद्या हिंदी गाण्याची ओळ डोक्यात घुसते. दिवसभर मग तेच गाणं पिच्छा पुरवतं. प्रत्येक हिंदी गाण्यात एक तर प्रेम असतं, नाहीतर विरह. मला ते सगळं पटलं, म्हणजे हिंदी गाण्यांबद्दल."

"रूपा काय म्हणते? शास्त्रीच्या निवेदनावर तिची काय प्रतिक्रिया?"

"कसं कळणार? ती गप्पच आहे तेव्हापासून. तिने शास्त्रीचं बोलणं दाराआडून ऐकलं असावं. त्याचा परिणाम झाला असला तर काही सांगता येत नाही. सर्वांत गमतीची गोष्ट म्हणजे, शास्त्री आज येईल, उद्या येईल, असं सारखं म्हणणारी रूपा, त्यासाठी घर आवरणारी, सारखी नट्टापट्टा करणारी, पण शास्त्रीला मी घेऊन गेलो, तेव्हा फारशी खुलली नाही. तिचं काही कळतच नाही."

वाघ सहानुभूतीने म्हणाले,

"तुमची अवस्था मी समजू शकतो. माझी अवस्था तुमच्याहून फारशी वेगळी नव्हती."

प्रशांतने चमकून पाहिल्यावर वाघांनी दीपाचे बालपणापासूनचे अनेक प्रसंग सांगितले. प्रशांत काही वेळ सुन्न बसून राहिला आणि मग त्याने अस्वस्थ होत विचारलं,

"पण हे सगळं असं का? तिला काय कमी आहे?"

"थ्रिल."

प्रशांत गोंधळला. दीपाच्या सगळ्याच वागण्याचं विश्लेषण करीत वाघ म्हणाले,

"काही माणसांना चौकटीतलं आयुष्य पेलत नाही. सुरक्षित वातावरणात ती कावरीबावरी होतात. त्यांना हुरहूर हवी असते. सुखद बेचैनी हवी असते. चार वळून बघणाऱ्या माना हव्या असतात. कौतुकाने, आश्चर्याने बघणाऱ्यांच्या नजरेत ह्या अशा माणसांना, त्यांना अभिप्रेत असलेल्या स्वास्थ्याचा शोध लागतो. 'ह्यांना काय कमी आहे?' असं जेव्हा इतरांना वाटतं तेव्हा ते वाटणं शिष्टसंमत समाजापेक्षा वेगळं नसतं. ह्या अशा माणसांना फार लवकर सगळ्याचा कंटाळा येतो. ह्यांना कायम कसली तरी ऊब हवी असते. एखादी अनावश्यक पण नवी वस्तू खरेदी करूनसुद्धा ही माणसं अशी ऊब मिळवतात. तेव्हा ह्या सगळ्या प्रकाराची फार गंभीर दखल घेण्याचं कारण नाही. डू यू गेट मी?"

प्रशांत ऐकत होता आणि कधीकधी ऐकत नव्हताही. जे जे कानांवर पडतं ते

ते मनावर उमटेनासं झालं की तेवढ्यापुरतं बहिरेपण येतं. ते बहिरेपण चेहऱ्यावरही उमटतं. अर्थात तो चेहरा वाचण्याचं भान बोलणाऱ्याला येतं. चेहऱ्यावर मजकूर उमटेनासा झाला की कान मनापर्यंत पोहोचला नाही हे जाणावं. वाघांनी हे जाणलं. प्रशांतने विचारलं,

"ह्याच्यावर उपाय?"

"आपण एखादा चांगला डॉक्टर गाठू या. पण पॅटर्नच तसा आहे. अधूनमधून असं होणार."

भविष्यकाळाची धूसर कल्पना आल्याने, बेचैन स्वरात प्रशांतने विचारलं,

"आयुष्यभर हे असंच चालणार? संसार असाच करायचा?"

वाघ गप्प राहिले.

"आज आमची मुलगी लहान आहे. पद्माला इतक्यात काही कळणार नाही. पण पुढे काय करायचं? मुलीवाचून संसार अडत नाही असं तुम्ही त्या दिवशी म्हणालात."

वाघ कमालीचे अस्वस्थ झाले. ते उठले. अभावितपणे खिडकीजवळ आले. बाहेर पाहू लागले.

असंख्य इमारती. रहदारी. माणसं. फेरीवाल्यांकडे गहाण पडलेले फूटपाथ. बांधले कुणासाठी. वापरतो कोण? तिकडे डोळेझाक करतो कोण? परवाने देणाऱ्यांना फूटपाथ वापरायचे नसतात. फक्त फेरीवाल्यांचेच प्रश्न सोडवायचे असतात. त्यांची संघटना असते म्हणून.

मुळात प्रश्न निर्माण कुणी केला? ज्यांनी हे भस्मासूर निर्माण केले ते प्रथम मतं मागत भिकारड्यासारखे लाचार होऊन हिंडत असतात आणि निवडून आले की, मोटारी उडवत, उपदेश करीत असतात.

मूळ प्रश्न तसाच राहतो.

मन:स्वास्थ्याच्या मुळाला जो प्रश्न हादरवून टाकतो तो मूळ प्रश्न.

प्रशांतने विचारलेला प्रश्न मूळ प्रश्न.

आपण खिडकीपाशी आलो. भलत्याच विषयात दंग झालो.

व्हॉट अबाऊट दीपा? म्हणजे रूपा?

पॅटर्न म्हणून स्वीकार करायचा. सगळ्याचाच. सत्ता गाजवण्यासाठी जे गळचेपी करतात, खून करतात, पोलीस यंत्रणा राबवतात, पद्मश्री, पद्मभूषणच्या खिरापती वाटून विचारवंतांना गप्प बसवतात. फार कशाला, कोण्या एखाद्या महात्म्याने हा जन्म संपवून, पुनर्जन्मातलं निम्मं आयुष्य संपवल्यावर त्याची गणना 'रत्ना'त करतात, हे सगळं 'पॅटर्न' म्हणून मान्य करायचं.

नुसतं मान्य करून थांबायचं असेल तर फार नफ्फड व्हावं लागतं. गेंड्याची कातडी...

ओह नो! गेंडाही जिव्हाग्री बाण लागला तर मरतो.
त्यापेक्षा चिवट कातडी झेंड्याची. मग रंग कोणताही असो. मूळ रंग स्वार्थाचा. तो झाकायचा.
तोही पॅटर्न.
पण ज्याला तो पॅटर्न शरीराला, मन आणि बुद्धी पणाला लावून सांभाळावा लागतो तो त्या पॅटर्नचं किती काळ कौतुक करील? विषारी सापाचा दंश झाल्यावर, त्या सापाच्या हिरव्या रंगाचं आणि चापल्याचं कौतुक राहील काय?
दीपावाचून आपला संसार अडणार नव्हता, अडलाही नव्हता म्हणून आपण एक विक्षिप्त पॅटर्न म्हणून तटस्थ राहिलो. खुर्ची म्हणजे खुर्ची. इतपतच त्या वास्तव पॅटर्नचा आपण स्वीकार करतो. ती डगडगायला लागली म्हणजे 'डगडगणारी खुर्ची' हा पॅटर्न आपल्याला पचवता येतो का? वास्तवता आणि माणूस ह्यात जोपर्यंत एक संगीत आहे तोपर्यंतच त्याचं कौतुक. उपद्रवात रूपांतर होईतो कोणत्याही वास्तवात आपण बदल घडवून आणत नाही.
लग्नानंतर मुलं बदलतात, असं बहुसंख्य पालक समजतात. पण त्यांचा फक्त पोस्टल ॲड्रेस बदलतो.
आपली मुलगी आपण आणखीन कुणाला तरी सांभाळायला लावतो आणि दुसऱ्याची मुलगी सांभाळण्यासाठी आपल्या घरी आणतो.
वाघ पुन्हा खिडकीतून पाहू लागले. आता त्यांना रस्ता, रहदारी, फूटपाथ, फेरीवाले काहीही दिसत नव्हतं. आता फक्त इमारती दिसत होत्या. त्यांच्या असंख्य खिडक्या. इमारतींच्या भोवतालच्या कंपाऊंड वॉल्स.
त्या कुंपणात कोंडलेले संसार.
कामावर घाईघाईने निघालेले आईबाप. त्यांनी निर्माण केलेले पॅटर्न्स सासू, सासरे, मोलकरणी, शेजारीपाजारी ह्यांच्यावर सोपवून.
संध्याकाळी थकून घरी आल्यावर हे आईबाप ह्या त्यांच्या पॅटर्न्सच्या तक्रारी ऐकणार किंवा कौतुक.
मग त्यांचे लाड किंवा शिक्षा.
मग टीव्ही आहेच.
साबण, चमचमीत पदार्थ, टू व्हिलर्सवर फिरणाऱ्या बाहुल्या, घासलेल्या भांड्यात प्रतिबिंब पाहणाऱ्या साळकाया-माळकाया. फक्त चैन, ऐश्वर्य, रुबाब... पायाच्या भेगांना कैलास जीवन आणि खुदखुदणारे आजोबा.
ह्या सगळयांत मुलांची प्रगती, मेंटल सेट्अप, हॅबिट्स हे सगळं कधी बघणार? रक्तामांसाची, पोटची मुलं.
जी घडली. घडवली गेली नाहीत.

समोर असंख्य खिडक्या. अगणित संसार.
त्यातले किती यशस्वी? त्यात प्रशांत किती? दीपा किती?
वेगवेगळ्या समस्या घेऊन किती संसारांत अशा असंख्य दीपा जगत असतील?
पिता म्हणून, ह्या नात्याने हा विचार.
पती ह्या नात्याला एवढा विचार पेलेल का?
दीपाच्या आईने अशी समस्या निर्माण केली असती तर, 'पॅटर्न' म्हणून आपण काय केलं असतं?
उत्तर नव्हतं.
संसार अखंड चालतो, ह्यासकट.
कुणी घुम्या वृत्तीचे, कुणी बोलभांड, कुणी कुढत राहणारे, कुणी वचपा काढणारे, कुणी सोसणारे, कुणी चटके देणारे, काही संशयी, काही भाबडे, काही बिनडोक, काही...
प्रशांतने विचारलं,
"मी जाऊ? कामावर जायलाच हवं."
त्या क्षणी वाघांच्या मनातला विचार वाघांनी त्याच क्षणी पक्का केला. आता दीपाप्रमाणेच किंवा दीपापेक्षाही जास्त ममत्वाने जावयालाही पित्याच्या नात्याने सांभाळायला हवं.

✣✣✣

मॅरेज इज ए डील

रजिस्टर्ड पाकीट सही करून घेताना अनिताने 'भेजनेवाला का नाम' तीनतीनदा पाहिलं. डॉ.मंजिरी फडके कोण असं म्हणत ती आपल्या बेडरूममध्ये गेली. पत्र फोडायचं क्षणभर विसरून ती डॉ.मंजिरी फडके कोण ह्याच्यावर विचार करीत राहिली. ही आपल्या बॅचला नसणार. मागच्या बॅचला होती की पुढच्या? ओळख होती का? वर्तुळातली मैत्रीण नक्कीच नाही. पुसट परिचय असेल का? मग पत्र का आलं? तेही रजिस्टर्ड लेटर.

"कुणाचं पत्र आहे गं?" आईच्या प्रश्नाने ती भानावर आली.

"मैत्रिणीचं." असं गडबडीने उत्तर देऊन अनिताने पाकीट उघडलं.

प्रिय अनिता,

परिचय नसताना मी 'प्रिय' लिहीत आहे. दोन बायकांना एकमेकींना 'प्रिय' म्हणायला काय हरकत आहे, नाही का?

आपला परिचय नाही, तेव्हा मी कोणत्या बॅचला होते हा विचार करू नका. मेडिकलच्या स्टुडण्ट्सचा हा एक जिव्हाळ्याचा छंद असतो. ही मंडळी कितीही वर्षांनी एकमेकांना भेटली तरी 'बॅच कोणती?' ह्याच्यावरच पंधरा-वीस मिनिटं बोलतात. इतर पाहुणेमंडळी तेव्हा बिचारी गप्प बसतात.

मी बी.जे.मेडिकलची. पाकिटावरच्या पत्त्यावरून तुम्ही ते ओळखलं असेल. तुमचं कॉलेज मुंबईला. तुम्ही जी.एस.च्या हे मला समजलंय. तेव्हा जरी कदाचित आपण एका बॅचच्या असलो तरी एका कॉलेजच्या नव्हेत.

जाऊ दे.

मीही बॅच कोणती हाच घोळ घालायला लागले. आता मुख्य विषयाकडे वळते.

तुमचा विवाह ठरलेला आहे, त्याबद्दल अभिनंदन! पटवर्धन फॅमिलीला मी जवळून ओळखते. माणसं लाख आहेत. तुमचा होणारा जीवनसाथीही छान आहे. स्कॉलर आहे. कॉंपिटण्ट आहे. पैशाचा हव्यास एवढं एकच वैगुण्य सोडलं, तर नावं ठेवायला जागा नाही. पैसा हा देव. ऐपत हेच दैवत.

तेवढं सांभाळलंत तर काही प्रश्न पडू नये. देण्याघेण्याच्या बाबतीत आश्वासनं फार देऊ नका. लग्नपत्रिका छापायला दिल्या आहेत, त्या अर्थी सगळं फायनल झालंच असणार.

कधी काळी भेट झाली तर सविस्तर बोलू. तोपर्यंत माझ्या आणि फडके परिवाराच्या शुभेच्छा!

आपली,

डॉ. मंजिरी फडके.

पत्र वाचून अनिता खूप अस्वस्थ झाली. काहीतरी गडबड आहे. 'माणसं लाख आहेत, जीवनसाथी छान आहे' वगैरे सगळं ठीक आहे. माणसं लाख आहेत हे तर आपण प्रत्यक्ष पाहिलंच आहे. अश्विनबद्दल तर बोलायलाच नको. हा गृहस्थ व्यवसायाने डॉक्टरच असला पाहिजे, हे न सांगता समजतं. बोलण्यात नम्रता, चालण्यात शालीनता. उथळ ज्ञानाला आवाज मोठा. इथं त्याचा लवलेश नाही. हा वारसा आईचा की वडिलांचा समजायचं नाही. कारण दोघंही तशीच. समतोल.

डॉ. सरिता पटवर्धन. डॉ. सागर पटवर्धन. डॉ. अश्विन पटवर्धन.

'शतायुषी भव' मॅटर्निटी होमच्या दारावर पितळी अक्षरांत कोरलेली, कातरलेली ही तीनच नावं. सागर पटवर्धन म्हणजे पॅथॉलॉजिस्ट. स्वत:ची अद्ययावत् लॅब. शिवाय त्यांचं 'इन्फर्टिलिटी रिसर्च सेंटर.'

आणखीन काय हवं?

डॉ. सरिता सागरमय झालेली. ही अश्विनची आई. नुसत्या अश्विनची? छे! सगळ्या 'शतायुषी भव' मॅटर्निटी होमची आई. बाळंतपणाला येणारी प्रत्येक पेशंट मुलीसारखी.

'शतायुषी भव'मध्ये वीस कॉट्स. एक ऑपरेशन थीएटर. लेबररूम. ॲंटिनॅटल-पोस्टनॅटल रूम्स. इन्क्युबेटर, लॅपरोस्कोप–एक परिपूर्ण हॉस्पिटल. उणीव फक्त अल्ट्रा-सोनोग्राफीची.

बारा-पंधरा लाखांची वास्तू उभी केल्यावर लाख-सव्वालाख किंमतीच्या अल्ट्रा-सोनोग्राफीची काय मातब्बरी? पण वास्तू दाखवताना आक्का आपल्या वडिलांकडे पाहत हसत-हसत म्हणाल्या,

"मी सागरला म्हणाले, अल्ट्रा-सोनोग्राफीचं मशीन सुनेच्या पायगुणाने यायला हवं."

सरिता पटवर्धन ऊर्फ आक्का.

आपले वडील समजून हसले.

गाडीत बसताक्षणी अनिता म्हणाली,

"फक्त अल्ट्रा-सोनोग्राफी इक्विपमेंट नाही. बाबा, ह्याचा अर्थ समजला ना?"
बाबा हसत-हसत नेहमीप्रमाणे म्हणाले,
"नॉट सो बिग डील."
तेव्हापासून मनात सारखा एक विचार येतोय,'मॅरेज इज ए डील.'
ही डॉ. मंजिरी फडके हेच लिहीत आहे,
'पैसा हा देव. ऐपत हेच दैवत. बाकी सगळं छान आहे.'
बाकी सगळं छान.
कसं शक्य आहे? पैशाला सर्वस्व मानणाऱ्यांच्या आयुष्यात बाकी सगळं छान म्हणायला, बाकी उरतंच कुठं? ही मंजिरी फडके कोण? हिचं वय किती? ही कदाचित आपल्याच बॅचची, पण पुण्याची. ही ह्या फॅमिलीला ओळखते. पण कशी? हिची आणि अश्विनची ओळख असेल का? ती त्याच्याच बॅचची की एक-दोन वर्षांनी ज्युनिअर? मेडिकलला कोणत्या तरी वर्षी 'वन्समोअर' मिळतोच. हिने मागून येऊन अश्विनला गाठलं असेल का, अश्विन पुढे गेला असेल का? का हिचंच अश्विनशी लग्न ठरलं असेल?
अल्ट्रा-सोनोग्राफीचा पायगुण हिच्यात नसेल का? हे डील तिला झेपलं नसेल का? अनिता ह्या प्रश्नापाशी थबकली. तिने भराभरा स्वत:शी निर्णय घेतले. रात्री जेवताना तिने विचारलं,
"उद्या सकाळी मी पुण्याला जाऊ?"
"का ग, मध्येच लहर आली?" आईने विचारलं.
"लहर नाही. काही आमंत्रणं स्वत: करावीत असं वाटतंय."
"कुणाकुणाला करायची आहेत?"
"पुण्याला स्थायिक झालेल्या माझ्या एक-दोन मैत्रिणी आहेत."
"मैत्रिणींचं निमित्त. अश्विनला भेटायचं असेल." उल्हास डोळा मारत म्हणाला.
भावाच्या कॉमेंटचं मनात कौतुक करीत अनिता म्हणाली,
"छे रे बाबा. त्यांच्यापैकी मी कुणालाही पत्ता लागून देणार नाही. आई जाऊ?"
"परत कधी येणार?"
"एका दिवसात. बाबा जाऊ?"
"बाय ऑल मीन्स."
"मग रिझर्वेशन..."
"गाडी घेऊन जा."
"गाडी नको. मी डेक्कनने जाईन."
"डेक्कनचं रिझर्वेशन आता कसं मिळेल?"
"तुम्ही मनात आणलंत तर मला परतीचं रिझर्वेशनसुद्धा देऊ शकता. हो की नाही?"

"तुझ्या काकाला फोन करून विचार."
उल्हास म्हणाला, "काका केव्हातरी वैतागून व्हिजिलन्स डिपार्टमेंट सोडून देतील. नाहीतर काय, अनिता नेहमी काकांना एलेव्हन्थ अवरला सांगते."
अनिता त्याला चिडवत म्हणाली,
"एलेव्हन्थ नाही, साडेएलेव्हन्थ अवरला म्हण."

जवळपास आपल्याच वयाच्या एका मुलीने दार उघडल्यावर अनिताने विचारलं, "तुम्ही डॉक्टर मंजिरी फडके का?"
तिने मान हलवल्यावर अनिताने आपलं नाव सांगितलं.
"अय्या तुम्ही?" असं म्हणत ती दोन पावलं मागे सरकली, "या ना, तुम्ही मला सरप्राइज केलंत. पत्र मिळालं?"
"ॲकनॉलेज रिसिट म्हणून मीच आले."
तोपर्यंत मंजिरीचे आईवडील मागे येऊन उभे राहिले.
"बाबा, ह्या अनिता गोडबोले."
"मी अगदी अर्ध्या तासासाठी आले आहे."
"तुम्ही आत तर या. किती तासांसाठी ते नंतर ठरवू."
मंजिरी अनिताला घेऊन हॉलमध्ये आली.
हॉल चांगला प्रशस्त होता. फर्निचर बड्या घरची साक्ष देत होतं आणि हॉलचा आकार बाकीची जागा किती मोठी असेल ते सांगत होता.
"तुम्ही आत्ता कुठून आलात?"
"मुंबईहून. डायरेक्ट तुमच्याकडेच आले."
"फारच छान. आता इथेच राहा."
अनिता जरा घुटमळली.
"तुम्हाला अश्विनकडे जायचं आहे का?' ह्या प्रश्नावर ती अत्यंत उतावीळपणाने म्हणाली, "छे छे!"
"फोन करायचा असेल तर..."
"नाही, फोन पण नाही करायचा."
मंजिरी अगदी आपलेपणाने जवळ आली. तिच्या खांद्यावर हात ठेवत तिने विचारलं,
"मी तुम्हाला फार त्रास दिला का?"
"नॉट ॲट ऑल."
"खरं?"
"अगदी खरं. मी तशी फार टफ् मुलगी आहे."

'सुटले!'–अशा अर्थाचा सुस्कारा सोडत मंजिरी म्हणाली,
"वॉश घेणार?"
छोट्या बॅगेतून तोपर्यंत नॅपकीन् काढत अनिता म्हणाली,
"येस् शुअरली."
अनिताने वॉश घेता-घेता बाथरूमचं अवलोकन केलं.
बाथरूम प्रशस्त होती. स्क्रीन प्रिंटिंग केलेल्या स्पार्टेक्स टाइल्स छतापर्यंत लावलेल्या होत्या. एका कोपऱ्यात छताला चिकटून स्टोअरेज टाइप गिझर होता. गार-गरम पाण्याचे नळ होते. प्रत्येक वस्तूकडे पाहताना अनिताला वाटत होतं, अल्ट्रा-सोनोग्राफीची मागणी ह्यांना पेलली नसेल का? तोंडावर पाणी मारतानाच तिने हा विचार झटकला. कशावरून अश्विनने हिला मागणी घातली असेल?
डायनिंग टेबल छान मांडलं होतं.
"बसा." मंजिरीच्या आईने स्वागत केलं.
"अहो, मी मंजिरीसारखीच. मला सरळ 'ए' म्हणा."
"तुम्ही दोघी बरोबरीच्या असून एकमेकींना अहो-जाहो करताहात. मग आम्ही कसं 'ए' म्हणायचं?"
अनिता आणि मंजिरी एकमेकींकडे बघून हसल्या.

जेवण संपवून सगळे हॉलमध्ये आले.
'तू इतक्या तातडीने येशील असं वाटलं नव्हतं.' असं मंजिरीने म्हणताच तिचे वडील म्हणाले,
"पत्र पाठवू नकोस असं मी मंजूला म्हणालो होतो. कारण पटवर्धन मंडळींचा पैशाचा प्रचंड हव्यास वगळला तर बाकी माणसं चांगली आहेत. कर्तृत्व आहे. हुशारी आहे. मिसेस् पटवर्धनांनी स्वत:च्या कर्तबगारीवर मॅटर्निटी होम नावारूपाला आणलंय. बाकीच्या ज्या गोष्टी घडल्या त्याबद्दल मी कुणालाच दोष देत नाही. इट इज द पार्ट ऑफ द गेम. आयुष्यात असे फटके बसायचेच. ऑफकोर्स मंजूच्या दृष्टिकोनातून आम्हाला बघता येत नसेल. पण वन हॅज टू ॲक्सेप्ट द रिॲलिटी."
इतक्या बोलण्यावरून अनिताला आपण जो तर्क केला होता तो रास्त होता हे समजलं. तिने सरळसरळ मंजिरीला विचारलं,
"तुझं लग्न देवाणघेवाणीवरूनच मोडलं का?"
"तुला कसं कळलं?"
"अंदाज करणं खूप अवघड आहे का?"
"मी पत्र तर मोघम लिहिलं होतं."

"तेही लिहू नये असं आमचं दोघांचं मत होतं." मंजिरीचे वडील हिरिरीने म्हणाले.

"अश्विनचं लग्न मोडावं हा हेतू नव्हता. आणि अजूनही नाही. काही व्हेस्टेड इंटरेस्ट असता तर गोष्ट वेगळी होती. आता इंटरेस्टही नाही, ॲटॅचमेंट तर नाहीच नाही. लग्नाअगोदर वृत्ती समजल्या हे चांगलं झालं." मंजिरीने सरळच सांगून टाकलं.

"ती बाई अत्यंत कॅलक्युलेटेड आहे. ॲम्बिशस तर आहेच. पण त्याहीपेक्षा सेल्फिश् आहे." मंजिरीच्या आईने प्रथम संभाषणात भाग घेतला.

मंजिरीचे वडील म्हणाले, "मी तिला दोष देत नाही."

अनिता नुसती पाहत राहिली. नक्की काय घडलं आहे हे जरी समजलं होतं तरी ते कसं घडलं ते कळत नव्हतं. तिची ती मन:स्थिती ओळखून मंजिरीचे वडील अनिताला म्हणाले,

"मंजिरीने तुम्हाला पत्र..."

"तुला म्हणा."

"ठीक ठीक. तर त्या पत्रामुळे तू ओळखलंस की अश्विनचं लग्न ठरलेलं होतं."

"तो माझा अंदाज होता."

"तेवढ्या अंदाजासाठी आलीस का?"

"पैशाचा हव्यास, एवढं वगळलं तर बाकी सगळं छान आहे असं हिने लिहिलं होतं. मी विचार केला, मग बाकी उरतं काय? जे काही असेल ते भयानक असेल. आणि त्या बाबतीत दुखावली गेलेली व्यक्तीच असं लिहू शकते. ते नेमकं काय, हे बघण्यासाठी आले. तुमच्या आत्ताच्या बोलण्यावरून अंदाज आला."

मंजिरी ठरवून म्हणाली,

"मी तुला सगळं सांगते. अश्विनची आणि माझी कॉलेजची ओळख. इंटर सायन्सपासूनची. मी त्याला एक वर्ष ज्युनिअर. त्याने मला पाहिलं. सांकेतिक पद्धतीने पाठलाग वगैरे केला. माझं घर शोधून काढलं. मग घरी आपल्या आईवडिलांना सांगितलं. अश्विनच्या आईचा प्रथम आईला फोन आला. डॉक्टर झाल्याशिवाय लग्न करण्याचा विचार नाही, असं आईने सांगितलं."

"बरं मग?"

मंजिरीच्या आईला आता पुढचे टप्पे सांगावेसे वाटून ती म्हणाली,

"त्या म्हणाल्या, 'लग्न तुमच्या सोईने करू. भेटायला काय हरकत आहे? परिचय होईल. मैत्री होईल. सोयरिक जमली तर विचार करू.' इतकं झाल्यावर नाही म्हणवेना. आम्ही सगळे गेलो. स्वत:च्या हिंमतीवर आक्कांनी उभी केलेली इमारत पाहिली. तू पाहिलीसच. अवाक् झालो."

"माझीही तशीच अवस्था झाली." अनिताने मान्य केलं.

"मी तर एका मुलीची आई. स्थळ चालून आलेलं. त्यांनाही मंजू आवडली."

"आवडणारच. अशा मुलीसाठी मलाही मुलाचा जन्म आवडला असता."

अनिताच्या ह्या उद्‌गारावर मंजिरीने तिला एक चापटी मारली.

"त्यांची थांबायची तयारी होती. मंजिरीने गायनॅकॉलॉजिस्ट व्हायचं हे ठरलं. पोरगी रक्ताचं पाणी करून इंटरला पर्सेंटेज हवं म्हणून धडपडू लागली. काय जागरणं केलीत त्या काळात. सहा महिन्यांत पंधरा पौंड वजन कमी झालं."

सांगता-सांगता मंजिरीच्या आईचे डोळे भरून आले. मंजिरी हसत-हसत म्हणाली,

"तळवलकरांकडे गेले असते तर सोना बाथनेही एवढी कमी झाले नसते."

"नकोच होती व्हायला. चाफ्यासारखी कांती होती."

"जाऊ दे गं! पुढचं सांग."

संभाषणात भाग घेत मंजिरीचे वडील पहिलं वाक्य बोलले,"तेच म्हणणार होतो मी. अजून भारतीय समाचार चाललाय."

"पुढे काय सांगायचं? मरमर मरूनही दीड टक्का मार्क कमी पडले. आयुष्यात पहिल्यांदा वाटलं, मागासलेल्या जमातीत जन्माला का नाही आले."

"हा खरा भारतीय समाचार."

"माझी चेष्टा करा तुम्ही, पण तुमचं ब्लडप्रेशर किती वाढलं होतं तेव्हा?"

"अनिता, नुसतं हायपरटेन्शन नाही तर स्ट्रेसमुळे शुगरही वाढली होती."

"ऑबव्हियसली, बरं मग?"

"आक्का साळसूदपणे म्हणाल्या,'डेंटिस्ट हो. त्यात काय?' ही डेंटिस्ट्रीकडे गेली. शेवटच्या वर्षापर्यंत गप्प राहिले सगळे. तोपर्यंत दोघं हिंडत-फिरत होती. त्यांच्या सगळ्या नातेवाइकांत पोरगी हिंडून, फिरून आली.

आक्कांकडे तर किती वेळा राहायची. कोणत्या तरी एका फंक्शनला त्या आक्काबाईने हिला स्वत:चा शालू नेसायला दिला. अंगावर पंधरा-वीस तोळ्यांचे दागिने घातले. 'तू आता आमची सून ह्या नात्याने तुला सगळे पाहणार तिकडे. लंकेच्या पार्वतीसारखी जाऊ नकोस.' असं म्हणत तिला सजवून पाठवली. त्या दागिन्यांसकट रात्री साडेबाराला तिला इथं आणून सोडली. रातोरात मी त्यांच्या घरी गेले. शालू, दागिने परत केले. खूप चिडल्या. मी शांतपणे सांगितलं,'तिला आत्तापासून ह्या सवयी लावू नका.'

त्यानंतर एकदा पुढची बोलणी करायला गेले तर बाईने पवित्रा बदललेला. 'तुमच्या मंजूला काय येतं? दीड टक्का मार्क जास्त मिळवता आले नाहीत, घरकाम येत नाही.' एक ना दोन! तरी गप्प राहिले. पुढे आणखी कहर. 'अश्विनला फ्लॅट घेऊन द्या. हिऱ्याची अंगठी द्या.' मी मग चिडले. तरी तसं

न दाखवता विचारलं, 'तुमचा एवढा पाच बेडरूम्सचा फ्लॅट आहे.' झालं! माझं वाक्यं संपायच्या आत आक्काबाई म्हणते, 'मंजू गायनॅकॉलॉजिस्ट झाली असती तर वेगळी गोष्ट होती. आता काय उपयोग?' ''

''माय गुडनेस. पण अश्विनचे वडील...''

''तो नंदीबैल आहे. आकडीसमोर बोलायची टाप नाही त्याची.''

''आणि अश्विन...''

''त्याचं नाव काढू नकोस. आईने सकाळी चहाऐवजी रोज गोमूत्र प्यायला लावलं तर हूं की चूं न करता ते पिऊन दाखवेल.''

''किती चिडशील? शांत हो. अनिता, इट्स अ व्हेरी सिंपल स्टोरी. पटवर्धन पॅथॉलॉजिस्ट आहे. स्वत:ची लॅब आहे. तो व्यवसाय पुढे चालू ठेवण्यासाठी त्याने अश्विनला पॅथॉलॉजिस्ट बनवलं. आता सरिताबाईंना गायनॅकॉलॉजिस्ट सून हवी असेल तर त्यांचं काय चुकलं?''

''पण तेवढ्यापुरती त्यांना एखादी डॉक्टरीण ठेवता आली नसती का?''

''तिने ठणकावून महिना दहा हजार वाजवून घेतले असते. तिला तर एक पैसा त्या 'शतायुषी भव' इमारतीच्या बाहेर गेलेला चालत नाही. पै न् पै स्वत:च्या हातात हवी. नवऱ्याने होणारी कमाई रोज रात्री बायकोच्या हातात ठेवली पाहिजे हा कायदा आहे.''

''खरं?'' अनिताने आश्चर्याने विचारलं.

मंजिरी हसत-हसत म्हणाली, ''अश्विनचे बाबा तर रोज रात्री एका पाकिटात सगळ्या दिवसाची कमाई ठेवतात. एक गुलाबाचं फूल त्याच्यावर लावतात आणि पहिला घास घेण्यापूर्वी आक्कांना ते देतात. नंतर म्हणतात आजचं डिनर मला आठशे रुपयाला पडलं. पाकिटातल्या रकमेप्रमाणे आकडा. पाचशेपासून हजारांपर्यंत कितीही.''

''काय सांगतेस?''

''तर! एकदा तर बंद पाकिटाकडे पाहत अश्विनने विचारलं, बाबा, आज क्लोजला आकडा किती? तर ते म्हणाले, जो क्लोजला तोच ओपनला आहे.''

''अश्विन पण सगळे पैसे आक्कांना देतो?'' अनिताने विचारलं.

''उद्या तुला जर बाहेर कुठे प्रायव्हेटमध्ये इमर्जन्सीला बोलावलं तर ते पैसेही आक्कांच्या हातात ठेवावे लागतील. रोज खर्चापुरते मागून घ्यावे लागतील.''

अनिता अस्वस्थ झाली. तिच्याकडे बारकाईने पाहत बाबा म्हणाले,

''घरात सून आल्यावर मिसेस् पटवर्धनांचे विचार बदलतीलसुद्धा.''

''ते व्यक्तीवर अवलंबून आहे. तरीसुद्धा मी वेगळ्याच विचारात आहे. मला उत्तर मिळत नाही. मी अद्यापि लहान आहे. बाबासाहेब, तुम्ही सांगाल?''

अनिताने प्रश्न विचारला आणि शब्द जुळवीत तिने विचारलं,
"मी आठ-नऊ महिने अमेरिकेत माझ्या मामांबरोबर एका छोट्या क्लिनिकमध्ये काम केलं. माझे मामा सकाळी साडेसहा ते संध्याकाळी सातपर्यंत काम करतात. फाइव्ह डेज वीक. पाण्यासारखा पैसा मिळवतात. तो खर्च करायला सवड नाही. शांतपणे जेवायला उसंत नाही. कितीही चैन करायचं ठरवलं तरी किती लागणार? आयुष्यात किती पैसे लागतात?"
बाबा म्हणाले, "ती एक वेगळी सायकॉलॉजी आहे. विनियोग करायचा म्हणून कालांतराने पैसा मिळवला जात नाही. पैसा मिळवणं हेच ध्येय होतं. पाचाचे दहा, पंधरा, वीस ह्या वाढणाऱ्या आकड्यांचीच नशा. एक आसुरी शक्ती. त्याचं मालक व्हायचं. कोणतीही किंमत द्यायची पण पैसा जोडायचा. त्या स्पर्धेत मला उतरणं शक्यच नव्हतं."
अनिताने नवलाने विचारलं, "मंजू डेंटिस्ट झाली म्हणून बिनसलं ना?"
"ते वरवरचं कारण. खरं कारण पैसा. त्यांना तीच भाषा समजते. परिचय वाढत गेला तेव्हा त्यांना हळूहळू आमची ताकद किती ते समजत होतं. म्हणजे ते काढून घेणं एकीकडे चाललं होतं."
आई म्हणाल्या, "ह्या माणसांना कुणीतरी पैसा म्हणजे सर्वस्व नव्हे हे सांगून डोळे उघडणारं कुणीतरी भेटलं पाहिजे."
काही वेळ सगळी गप्प राहिली. अनिताच्या उदास होत जाणाऱ्या चेहऱ्याकडे पाहत बाबा म्हणाले,
"तू एवढी काळजी करू नकोस."
"काळजी असं नाही, पण...ह्या सगळ्या प्रकरणात मला फक्त अश्विनचं नवल वाटतं. स्वत:च्या अंगात प्रेम करायची हिंमत नव्हती, तर ह्या मार्गाला जाण्याची गरजच काय होती? गुलामांनी प्रेमाची भाषा बोलू नये."
पुन्हा शांतता पसरली.
"त्यांना लग्न तातडीने करायचं आहे ना?"
"वीस दिवसांवर आलं." अनिताने यांत्रिकपणे उत्तर दिलं.
बाबांनी विचारलं,
"पटवर्धनांची अमेरिकेची तारीख ठरली का?"
"मला काही कल्पना नाही."
"तुम्हाला बोलले नाहीत का?"
"कशाबद्दल?"
"सागर पटवर्धनांची बायपास सर्जरी आहे."
"असं?" अनिताने आश्चर्याने विचारलं.

"सागर आणि सरिता—म्हणजे आक्का आता सहा महिने अमेरिकेत राहणार आहेत. मॅटर्निटी होम चालवायला तेवढ्यासाठी तर घरचं माणूस पाहिजे."
ते ऐकल्यावर सगळ्या गोष्टींचा उलगडा झाला. आक्का आणि अश्विन एवढे उतावीळ का झाले होते, ते लक्षात आलं. पत्रिका छापायची घाई. त्यापूर्वी अल्ट्रा-सोनोग्राफी इक्विपमेंटसाठी वसूल केलेले एक लाख दहा हजार रुपये. त्याशिवाय इतर मागण्या...
छे, मॅरेज इज ए डील!

ती आली, तिने पाहिलं आणि तिने जिंकलं.
'शतायुषी भव' मॅटर्निटी होम जिंकलं गेलं. आठ दिवसांत 'सबकुछ' अनिता अशी परिस्थिती झाली. तिचं बोलणं, चालणं, पेशंट्सशी वागणं, आल्या-गेल्याचं स्वागत करणं, स्वरातलं आर्जव, बोलण्यातलं मार्दव, प्रसूतिकळांनी बेचैन होणाऱ्या बाईला सांभाळणं आणि आक्कांचा मान ठेवणं. अशी एक बाब नव्हती, जी खटकली. असा एक व्यवहार नव्हता, जो खुपला. अशी एक खोड नव्हती, जी टीकेचा विषय व्हावी. पंधरा दिवसांत स्टाफला जाणवलं, आक्कांच्या राज्यात दहशत आहे. अनिताच्या राज्यात दिलासा आहे. आक्कांच्या राजवटीत दरारा आहे. इथं जिंदादिली आहे. एकीजवळ हुकमत आहे, इथं सहकार आहे. संशयाचं साम्राज्य, विश्वासाच्या हुंकाराने सुगंधित होत आहे. आक्कांना मी, माझं, माझ्यामुळे, मी आहे म्हणून इतकेच शब्द येतात. अनितापाशी आपण, आपलं, सगळ्यांचं अशी रेशमी भाषा आहे.
गरजेपोटी कामावर येणारी माणसं आता प्रेमाने येऊ लागली. गरजेचं नातं घड्याळ्याच्या काट्यांशी असतं. प्रेमाचं नातं वेळेचं भान विसरायला लावणाऱ्या माणसांशी असतं. कामाचं त्रैराशिक आठ तासांच्या पाढ्यांवर आखलेलं असतं, सेवेचं नातं म्हणजे संपूर्ण हयातीचा संकेत असतो. कामाची वेसण सक्तीच्या हातात असली की जास्तीत जास्त वेळ हुकूमशहाची उपस्थिती आवश्यक. ह्याउलट कामाचं नातं भक्तीशी जडलं तर वरिष्ठांच्या निव्वळ आठवणींवर कारभार चांगला चालतो.
शिस्तीच्या आणि शिक्षेच्या बडग्याशिवाय कामं होत नाहीत अशा विचारांवर भिस्त असलेले सगळे मालक गुलामांसारखे दिसतात. सेवकांपेक्षा जास्त दमतात. ह्याउलट विश्वास, प्रेम, वात्सल्य ह्यांनी एकदा माणसं बांधून ठेवली की मालक मुक्त होतात. टवटवीत असतात.

चौदा-सोळा तास सतत काम करूनही अनिता इतकी टवटवीत कशी राहते? हसतमुख कशी? कपाळावर आठी कशी नाही? शांत, तृप्त कशी? आक्कांना हे कोडं उलगडत नव्हतं. ही आल्यापासून स्टाफलाही पालवी फुटली आहे. आता नोकरवर्ग जरा मोकळा वाटतो. सिस्टर्सही जरा निर्भयतेने बोलतात. इतकंच नव्हे तर सगळी माणसं जास्त प्रामाणिक झाल्याची आक्कांना दाट शंका येऊ लागली होती.

अनिताची तर कमालच होती. दिवसभर कितीही काम असो. बाई प्रसन्न. रात्री-अपरात्री डिलिव्हरी असो, फॉरसेप्स असो, सीझर असो, झोपायला कितीही उशीर झाला तरी पहाटे साडेपाचनंतर ही पोरगी बेडरूममध्ये सापडायची नाही. स्वयंपाकघर आरशासारखं करील. ब्रेकफास्ट तयार. आपल्या आणि स्वतःच्या बेडरूममध्ये–त्याशिवाय डायनिंग टेबलवर फ्लॉवरपॉट्सची मांडणी, इकेबानाचं हिचं वेगळं तंत्र, टेबलावर न्यूजपेपरची नीटनेटकी घडी, नॅपकिन्स सेवेला तयार, सकाळी हसतमुखाने सगळ्यांना 'गुडमॉर्निंग' म्हणेल. इतकं सगळं आटपून खाली हॉस्पिटलमध्ये जायला गाऊन घालून सात वाजता तयार. स्वयंपाक येतो, स्कूटर चालवते, तेच कौशल्य गाडी चालवताना. शक्यतो हॉर्न वाजवणार नाही. ड्रायव्हिंग करताना, पादचारी, टू-व्हिलर्स, इतर गाड्यांचे ड्रायव्हर्स ह्यांच्यावर चिडणं नाही, त्यांच्यावर ओरडणं तर सोडाच, स्वतःशीही बडबडणं नाही. रात्री झोपायला जाण्यापूर्वी सासऱ्याला बोर्नव्हिटा देणं...

छे, सगळं मुश्कील.

पण ह्या सर्वांत महत्त्वाची गोष्ट म्हणजे क्वचित कुठे दुसऱ्या कुणाच्या क्लिनिकमध्ये इमर्जन्सीला गेली तर ते पैसे आणून देणं.

मागच्या जन्मी हिच्याऐवजी अश्विननेच वड पुजला होता. एकट्या अश्विननेच नव्हे तर अशी सून मिळावी म्हणून आपणही दोन-चार प्रदक्षिणा घातल्या असतील.

आक्का आणि पटवर्धन एअरपोर्टवर दिसेनासे होईतो ह्याच तऱ्हेने अनिता राबत होती. मॅटर्निटी होमसाठी तातडीने पुण्याला परत जाणं आवश्यक होतं. पुण्याला जाऊन ती सेवेत रुजू झाली. सहा महिन्यांत तिने आपला वेगळा ठसा उमटवला. पेशंट्सची गर्दी वाढली. ज्या बायका पहिल्या बाळंतपणानंतर तीन-चार वर्षांच्या कालावधीनंतर दुसऱ्या खेपेसाठी आल्या, त्यांना दोन व्यक्तींतला फरक प्रकर्षाने जाणवला. तो त्यांनी वेगवेगळ्या शब्दांनी व्यक्त केला. वाट्टेल तितके पैसे खर्च करण्याइतकी ऐपत असलेल्या माणसांनाही चार चांगले शब्द हवे असतात, जे पैसे खर्च करूनही मिळत नाही.

आक्कांनी ठरवून दिलेल्या आकड्यांपेक्षा एक रुपयाही कमी घेण्याचा आपल्याला अधिकार नाही हे अनिताला माहीत होतं. ती त्याप्रमाणेच बिलं तयार करीत होती. तरीही इतरांना कोणतं वेगळेपण जाणवत होतं?
स्वत:चं स्वत:ला उत्तर मिळेना तेव्हा तिने अशाच एका पेशंटला विचारलं, "तुम्ही एक-दोनदा म्हणालात,'ह्या वेळेला खूप वेगळं वाटलं.' तर ह्याही वेळेला त्रास झाला नाही. स्टाफ तोच आहे. स्पेशल रूम पण तीच मिळाली. आमच्या आक्का तर अतिशय कॉम्पिटंट आहेत. स्वभावही चांगला आहे. मग वेगळं काय?"
"तुम्ही आहात हेच वेगळं."
"इतकंच ना?"
"अगदीच तेवढं नाही. आक्का चांगल्या आहेत. तरीही..."
"बोला ना!"
"स्पष्ट सांगते, रागावू नका. त्यांच्या प्रत्येक हालचालीत, प्रत्येक कामात, साध्या गप्पागोष्टी, इंजेक्शन्स देण्यापासून, आपल्याला ह्याचे रिटर्न्स मिळतील ना, असा भाव दिसतो. मनात सतत हिशोब चालताना दिसतो. एसी वापरल्यापासून थेट गीझरपर्यंत सतत सूचना देताना पैशाव्यतिरिक्त अन्य काही हेतू असेल असं वाटत नाही. ह्या हेतूने होणारा त्यांचा वावर नकोसा वाटतो."

सहा महिन्यांच्या कालावधीत अनिता 'शतायुषी भव'ची सर्वेसर्वा झाली होती. एका मिठाच्या खड्याने हंडाभर चांगलं दूध नासतं, इतकंच सगळ्यांना माहीत होतं. पण एका मधाच्या थेंबाने दुधाचंही पंचामृत व्हावं हेही अनिताने दर्शवून दिलं. संपूर्ण हॉस्पिटल अनितामय झालं आहे हे चाणाक्ष आक्कांना घरात, नव्हे तळमजल्यावर पाय ठेवताक्षणी समजलं. अनिता एअरपोर्टवर रिसीव्ह करायला आली नाही, हेच त्यांना खटकलं. पण दोन ऑपरेशन्स आहेत, असा अश्विनने खुलासा केल्यावर त्या शांत झाल्या. प्रवासाचा बेदम शिणवटा आलेला असूनही त्यांनी तडक पुणं गाठायचं ठरवलं होतं. तशा त्या आल्या. घरी आल्या तेव्हा अनिता थीएटरमध्ये होती. स्वागतासाठी स्टाफ दारापाशी असेल असं त्यांना वाटलं, पण त्यांच्यापैकी बहुतेकजणी ऑपरेशनच्या धांदलीत होत्या.
कपाळाच्या आठ्यांसकट त्या वरच्या मजल्यावर आल्या आणि थक्क झाल्या. दारासामोर रांगोळी काढलेली होती. दारावर फुलांचं तोरण होतं. बाहेरच्या हॉलमध्ये चारही भिंतींना फुलांच्या माळा सोडलेल्या होत्या आणि ह्या सगळ्यावर ताण म्हणजे आक्कांच्या बेडरूममध्ये डबलबेडवर वेगवेगळ्या फुलांनी 'वेलकम् होम' अक्षरांसहित फुलांचा गालिचा करण्यात आला होता.
दोन दिवस अनिताने आक्कांना सक्तीची विश्रांती घ्यायला लावली. तिसऱ्या

दिवशी आक्का हॉस्पिटलमध्ये आल्या. त्यांनी राऊंड घेतली. विचारपूस केली आणि मग सगळ्यात महत्त्वाचं काम करण्यासाठी त्यांनी सरवटे सिस्टरला बोलावून घेतलं. त्यांच्या गैरहजेरीतला एकूण एक हिशोब त्यांना हवा होता. सहा महिन्यांच्या त्यांच्या गैरहजेरीत डिलिव्हरीज, सीझर केसेस, एम.टी.पी., क्युरेटिंग, हिस्टॅक्टमीसाठी आणि फॉलोअप्साठी आलेल्या केसेस ह्या सगळ्यांची नीट नोंद झाली आहे की नाही हे त्यांनी पाहिलं. आपल्या खात्यावर कितीचा आकडा दिसायला हवा ह्याचा अंदाज करीत तेवढी रक्कम जमा झालीच असणार असं मानून त्यांनी दुपारी दोन तास शांत झोपसुद्धा घेतली. अमेरिकेला जाण्यापूर्वी त्यांनी तशा सूचना अनिताला केल्या होत्या.

रात्रीची जेवणं झाली. अवांतर गप्पा झाल्या. बायपास सर्जरीची माहिती पुन्हा एकवार सांगून झाली. अमेरिकेत केलेल्या भ्रमंतीतले काही नव्याने आठवलेले किस्से सांगून झाले आणि मग आक्कांनी सहज आठवल्याप्रमाणे विचारलं,

"माझं पासबुक तू माझ्या कपाटात ठेवलं आहेस की तुझ्याकडे आहे?"

अनिता तत्परतेने म्हणाली,"इथंच आहे. आत्ता देऊ की सकाळी चालेल?"

पासबुक पाहिल्याशिवाय आक्कांना शांत झोप लागणार नाही हे अनिताने ओळखलं. तिने दिलेलं पासबुक घेऊन आक्का आपल्या खोलीत गेल्या आणि पाचव्या मिनिटाला परत आल्या.

"काही राहिलं का?" बेडरूमचा दरवाजा उघडत अनिताने विचारलं.

"दुपारी सरवटे सिस्टरने मला रजिस्टर दिलं होतं..."

आक्कांना मध्येच थांबवत अनिता म्हणाली,

"त्यात ऐंशी हजाराचा हिशोब लागत नाही असंच ना? जस्ट अ मिनिट."

अनिताने आणखी एक बँकेचं पासबुक आक्कांच्या हातात ठेवलं. ते अनिताच्या एकटीच्या नावाने होतं. त्या तिच्या एकटीच्या खात्यावर सुमारे पंच्याऐंशी हजारांची रक्कम पाहून आक्का कावऱ्याबावऱ्या झाल्या.

"तुझ्या खात्यावर इतके कुठून आले?"

"माझ्या कामाचे."

"ह्याचा अर्थ?"

"बसा जरा. रिलॅक्स. तुमच्यापासून मी काही लपवून ठेवीन असं मनातही आणू नका. मला बाहेरची कामं दोन-तीनदा करावी लागली. डॉक्टर शहांनीच प्रथम बोलावलं. तो प्राणी पक्का हिशोबी. एका सीझरचे आणि एक हिक्टॅक्टमीचे त्याने मला साडेचार हजार दिले आणि तेही चेकने."

"तू घ्यायचे नाहीस."

"पहिलीच वेळ होती म्हणून काही बोलले नाही. दर महिन्याच्या एक

तारखेपासून दहा तारखेपर्यंत मी त्यांचं काम करावं, अशी त्यांची ऑफर आहे.''
''किती देणार आहे?''
''जसं काम असेल त्याप्रमाणे चार्जेस ठरवावेत किंवा स्ट्रेट दहा दिवसांचे पंचवीस हजार.''
''आक्कांना विचारून सांगते म्हणावं.''
''मी तेच सांगितलं प्रथम. ते म्हणाले,'काम तुम्ही करणार. मिसेस् पटवर्धनांचा संबंध काय? यू हॅव टू लूक ऑफ्टर युवर ओन बिझनेस.' मला पटलं ते. मी काम सुरू केलं. ह्या महिन्यातला कालचा दहावा दिवस झाला. आता पुढच्या महिन्यात.''
''ह्या दहा दिवसांचे पैसे दिले?''
''उद्या पाठवणार आहेत.''
''मग हे पंच्याऐंशी हजार...''
''त्यातले सत्तर हजार तुमचेच आहेत.''
''मी नाही समजले.''
अनिता हसत-हसत म्हणाली, ''केवळ गंमत म्हणून मी आपल्याच हॉस्पिटलमध्ये सहा महिने जितकं काम केलं त्या कामाचे माझे चार्जेस बाजूला ठेवायचं ठरवलं. फक्त अंदाज यावा म्हणून आणि थोडा इन्कमटॅक्स पॉइंट ऑफ व्ह्यू...''
अनिताला अर्ध्यावर थांबवत आक्का उतावीळपणे तिला तोडून टाकत म्हणाल्या, ''इट इज नन् ऑफ युवर बिझनेस. टॅक्स वगैरे निस्तरणं माझी रिस्पॉन्सिबिलिटी आहे. तुझा हा अकाऊंट बंद करून टाक. जे आहे ते सगळ्यांचं. अश्विन आणि तुझे सासरेही त्यांचा वेगळा अकाऊंट ठेवत नाहीत, हे तू पाहिलंस ना?''
काहीच घडलं नाही असं भासवत अनिता म्हणाली,''इतकंच ना, एक मिनिट थांबा.''
अनिताने कपाटातून आपलं पासबुक, चेकबुक काढलं. आक्कांच्या नावाने संपूर्ण रकमेचा चेक लिहिला. चेकच्या मागे,'काइण्डली क्लोज माय अकाऊंट.' असं लिहून सही केली आणि तो चेक आक्कांच्या हातात ठेवला. आक्का समाधानाने निघून गेल्या.
बेडरूमचा दरवाजा बंद करून अनिताने अश्विनच्या हातातलं मासिक शांतपणे काढून घेत विचारलं,
''आक्कांनी जो प्रकार केला तो तुम्हाला आवडला?''
''तिने पैसे तिच्याकडे ठेवण्यासाठी मागितले, हेच ना?''
''होय.''
''त्यात वेगळं काय केलं? सगळ्यांचे पैसे इथं एकत्रच असतात.''

"एकत्र, पण आक्कांच्या नावावर असतात."
"कुठे बिघडलं? आपल्याला खर्च करायला मिळतात ना?"
"मागितल्यावर."
"मागावेत. कशाला हवेत असं तर ती विचारीत नाही ना?"
"मला असे हात पसरायला आवडत नाही, स्वतः मिळवत असताना."
"मीही मिळवतो."
"तुमची गोष्ट वेगळी. लहानणापासून तुम्ही तसेच वाढवले गेले आहात. मी वेगळ्या वातावरणात वाढले."
"आता तुझं लग्न झालं आहे."
"म्हणून मी आश्रित नाही."
"काहीतरी शब्द वापरू नको."
"मला तसा फील येतो, त्याला माझा इलाज नाही. उद्या तुम्ही आक्कांना सांगा, अनिता बाहेर जे पैसे मिळवणार आहे ते तिच्या नावावर राहतील. त्यांनी हवं तर जेव्हा लागतील तेव्हा माझ्याकडे मागावेत."
"तिची महिन्याची प्राप्ती किती आहे ते..."
"ते मी सहा महिने पाहिलं आहे."
"मग ती कशाला तुझे मागेल?"
"दॅट्स द पॉइंट. त्यांच्या साठ-सत्तर हजाराला माझ्या इन्कमची गरज नाही."
अश्विन वरच्या पट्टीत म्हणाला,"तू माझं-तुझं का करतेस अशी?"
"तुमच्या मातोश्रींनी शांतपणे सांगितलं नाही का 'इट इज नन् ऑफ युवर बिझनेस' म्हणून. मी ह्याच घरातली म्हणता, मग तेव्हा मातोश्रींना का सुनावलं नाही? पुस्तकात डोकं खुपसून का बसलात?"
अश्विन गप्प बसला. अनिता स्वत:शी पुटपुटली,
"ह्या घरची लक्ष्मी म्हणे, लक्ष्मी."
"तू त्रागा करू नकोस."
"कॅपॅसिटी असलेली माणसं त्रागा करीत नाहीत."
अश्विन हातातलं पुस्तक आपटत म्हणाला,
"तू एकटीच केपेबल आहेस का?"
"मी असं म्हणाले नाही. पण माझ्याकडे सेल्फ रिस्पेक्ट आहे. कॉन्फिडन्स आहे. एम.डी. होऊनही सेल्फ कॉन्फिडन्स नसलेली आईच्या पदराखालची माणसं मला नवीन नाहीत."
"माझ्यावर कॉमेंट नकोय."
"ओरडताहात कशाला? मी तुमचं नावही घेतलेलं नाही."

"इट ॲप्लाइज टू मी."
"मग त्याच्यावर विचार करा. जसा आईचा अभिमान आहे, तसा माझाही असू द्या. मला तोंडदेखलं लक्ष्मीचं स्थान नकोय. केरसुणीलाही लक्ष्मी मानायची प्रथा आहे."
"तुला सार्वभौमत्व हवंय का?"
"उगीच मोठाले शब्द वापरू नका. मॅटर्निटी होम चालवणारी, एम.डी. गायनॅक सून हवी होती ना? मग किमान तेवढा मान द्या. उद्या आक्कांना माझा निरोप द्या."
अनिताची नजर चुकवत अश्विन म्हणाला,
"ते तू सांग."
"माझं लग्न तुमच्याशी झालं आहे. तुमच्याबद्दल मला काहीच म्हणायचं नाही. आक्कांना जे सर्वात प्रिय आहे, ते मी त्यांना दिलं. आय डोण्ट वॉण्ट टू लूज माय आयडेंटिटी."
अश्विनने प्रतिसाद दिला नाही. अनिता जरा वेळ वाट पाहून म्हणाली,
"ठीक आहे. मी माझ्या पद्धतीने हा प्रश्न सोडवीन."
अश्विनकडे न बघता अनिताने बेडरूमचा दिवा बंद केला. आपल्या चेहऱ्याकडे अनिताने पाहिलं नाही, ह्याचा अश्विनला आधार वाटला.

त्यानंतरचे तीन-चार महिने शांत गेले. सागर पटवर्धनांनी बायपास सर्जरीनंतर काम कमी केलं होतं. लॅबची सत्तर-ऐंशी टक्के जबाबदारी आता अश्विनवर पडली होती. अनितालाच आता आणखी इतर क्लिनिक्सकडून मागणी येत होती. डॉक्टर शहांनी तर पार्टनरशिपची ऑफर दिली होती. आपली एक गाडी त्यांनी अनिताला वापरायला दिली होती. आता गाडीसाठी अनिताची अडवणूक करता येणार नाही, हे आक्कांच्या लक्षात आलं होतं. स्वतःच्या 'शतायुषी भव' नर्सिंग होमच्या वाट्याला अनिता फारशी येत नव्हती, ह्याबद्दल आता आक्कांना वैषम्य वाटत नव्हतं. तिची लोकप्रियता पचवणं जरा कठीणच जात होतं. ते उघडपणे बोलून दाखवता येत नव्हतं. तुलना करण्यासाठी नेहमीच दुसरी वस्तू असावी लागते. वस्तू, व्यक्ती, स्थळ काहीही. दुसऱ्याचं आगमन झाल्याशिवाय पहिला किंवा दुसरा, योग्य-अयोग्य, लायक-नालायक, गुणी-अवगुणी, उजवा-डावा ठरवता येत नाही. अनिता आली आणि आक्कांच्या अस्तित्वाला धक्के बसू लागले. अनिता अनेकांना आवडते, ती आपल्यापेक्षा केवळ तरुण आहे म्हणून की काकणं न वापरताही काकणभर सरस आहे म्हणून? आपली सिनिऑरिटी, आपला एक्स्पिरिअन्स, आपली मॅच्युरिटी, ह्या सगळ्याला काही किंमत नाही? अनिता अवांतर ठिकाणी कामाला जाते, तेच ठीक आहे. घरात तिचं तितकंच लक्ष

आहे. ब्रेकफास्ट अद्यापही सात वाजता तयार असतो. बोर्नव्हिटाचा ग्लास रोज रात्री हजर असतो. आपल्याला मान देते. मग सल आहे तो का? कुठे?
डोळ्यांत काहीतरी खुपावं, पण फॉरीन बॉडी सापडू नये. आय-वॉशने समाधान होऊ नये. फॉरीन पार्टिकल निघून जावा पण त्याचा ओरखडा, त्याच्या वास्तवाची हूल देत राहावा असं काय आहे?
अनिताने गेल्या तीन महिन्यांत एक पैसा दिला नाही. तेच कारण.
आणि त्याहीपेक्षा हादरवून टाकणारी गोष्ट म्हणजे अनिताने तपासलेले पेशंट फॉलोअप्ला आपल्याकडे येत नाहीत. डिलिव्हरीच्या अकरा केसेस इथं नाव रजिस्टर केलेलं असतानाही, केवळ अनितासाठी, शहांच्या क्लिनिकमध्ये गेल्या. पेशंट्सवर जबरदस्ती करण्यात अर्थ नाही. अनितासाठी त्यांना कुठेही जाऊ दे ! पण ते पैसे घरात यायला हवेत. प्राप्तीला शह बसायला लागल्यावर अनिताच्या हुशारीचं फार काळ कौतुक करता येणार नाही. खूप कौशल्याने, मूळ हेतू जाहीर न करता सोक्षमोक्ष लावला पाहिजे. सागरला लांब ठेवलं पाहिजे. इथंही त्या बाबतीत 'बायपास सर्जरी' करायला हवी. अश्विनचा प्रश्नच नाही. लग्नाच्या वयाची होईतो, मुलं आईवडिलांची असतात. मधुचंद्र झाला रे झाला की आईवडिलांना 'अर्धचंद्र' मिळतो. आईच्या मुठीतून मुलं हां हां म्हणता बायकोच्या मिठीत हरवतात.
अश्विन एकमेव अपवाद.
अनिताकडेच पाहायला हवं.

अश्विन एकमेव अपवाद.
हा प्राणी अजून आक्कांना घाबरतो?
"तुम्ही माझ्या प्रश्नाचं उत्तर दिलं नाहीत."
"कोणत्या?"
"मी पंधरा दिवस माहेरी जाणार आहे. आय नीड रेस्ट."
"पेशंट्स... अपॉइंटमेंट्स..."
"डॉक्टर शहांना मी कल्पना दिली आहे."
"आक्काला विचार."
"इथल्या केसेसशी माझा तसा संबंध राहिलेला नाही. लग्न झाल्यापासून पंधरा महिने मी रात्रंदिवस काम केलंय."
"मला कल्पना आहे, तुला खरंच विश्रांतीची गरज आहे. आय ॲग्री."
"तुम्ही येता?"
"कुठे?"

"मी माहेरी जात नाही. आपण माथेरान,महाबळेश्वर कुठंही जाऊ. महाबळेश्वरला गेलो तर आपली गाडीही न्यायची नाही. ड्रायव्हिंगसुद्धा करायचं नाही. टॅक्सीने जायचं. येता?"

"लॅबचं काम?"

"बाबा बघतील. झेपेल तेवढंच करा, सांगायचं."

"काम खूप आहे."

"आपण करू तेवढं काम आहेच. म्हणून आयुष्यभर तेच करायचं का? पैसे मिळवत सुटायचं? ते पैसे वापरायचे कधी? आणि पैसा किती लागतो? कितीही उधळायचे ठरवले तरी दिवसांचे तास किती? असे किती लागणार आहेत? सट्टा, रेस, जुगार ह्यांत तर उडवणार नाही? आणि उडवायचे असले तरी माझ्याजवळ आहेत."

"आक्का..."

"त्यांचा काय संबंध? त्या नाही का अमेरिका पालथी घालून आल्या? इथला व्याप मी सांभाळला म्हणूनच जाता आलं ना त्यांना?"

"ते कुणी नाकारलंय का?"

"मग?"

अतिशय गडबडून जात अश्विन म्हणाला, "आत्तापर्यंत असा काही विचार करायचा असतो ह्याची मी कधी कल्पनाच केली नव्हती. मला अशी सवयच लागली नाही." अश्विनची अतिशय दया येऊन अनिताने एखाद्या अजाण बालकाला कुशीत घ्यावं, तसं अश्विनला आपल्या जवळ ओढून घेतलं. आपला नवरा खरंच एक मूल आहे. त्याला पंख असावेत, पण आकाशाची आणि त्याची कुणी ओळखच करून दिलेली नाही. एखाद्या देखण्या मुलीला कधीही स्वतःचं प्रतिबिंब दिसणार नाही अशी व्यवस्था केल्याप्रमाणे आपला नवरा वाढवण्यात आला आहे. आय हॅव टू प्रोटेक्ट हिम.

त्यानंतर दोनच दिवसांनी रात्रीची जेवणं आटोपल्यावर अनिताने आक्कांना आपल्या बेडरूममध्ये बोलावून घेतलं. खोलीत येताक्षणी आक्का म्हणाल्या, "मी पाच मिनिटांनी येणारच होते."

अनिताने बोलवावं, मग आपण यावं, हेही त्यांना दर्शवायचं नव्हतं.

"येत्या गुरुवारी तू शहांकडे जाऊ नकोस. इथंच काम आहे. प्लॅन्ड सीझर आहे."

"मी आणि अश्विन महाबळेश्वरला जाणार आहोत. या रविवारी."

आक्का अस्वस्थ झाल्या, पण वरकरणी शांतपणे म्हणाल्या,

"बुधवारपर्यंत या. दोन-तीन दिवस खूप झाले."

“तिथून परस्पर मुंबईला जाणार आहोत. मला आता खूप कंटाळा आलाय.”

“कसे जाणार आहात? आपली गाडी गॅरेजला पाठवायची आहे. मला तुझी गाडी लागणार आहे.” आक्कांनी अडवणूक करायला सुरुवात केली.

“आम्ही सगळा प्रवास टॅक्सीनेच करणार आहोत.”

“अव्वाच्या सव्वा खर्च होईल. काय विचार काय तुमचा? अश्विन, तू काही बोलला नाहीस?”

“असं ही म्हणतेय, म्हणजे तसा विचार चाललाय.”

“माझ्याजवळ पैसे आहेत.”

“अनिता, ते पैसे तुझ्याकडे कसे आले आहेत, ते मला माहीत आहे.”

अत्यंत शांत, धीम्या स्वरात अनिता म्हणाली,

“काम केलं म्हणून आले.”

“घरात जमा केले नाहीत म्हणून राहिले.”

आक्कांचा अनेक दिवसांचा राग वरच्या पट्टीत जायला लागला. अनिता शांत होती. आरडाओरडा करून, कर्णे लावून न केलेल्या कार्याचा गाजावाजा करायला ही कोणत्याही पक्षाची, निवडणुकीची प्रचारसभा नव्हती. कार्य करणारी माणसं आपली सगळी एनर्जी कामासाठीच ठेवतात. शांतपणे अनिताने विचारलं,

“आम्ही जाऊन येईपर्यंत तुम्हाला काही लागणार असतील तर सांगा. मी तेवढे देऊन ठेवते.”

“तुझ्या मिळकतीवर अवलंबून राहण्याची वेळ माझ्यावर येणार नाही.”

“मला हे माहीत आहे. पण आक्का, तुम्ही इतक्या अपसेट् का होताय?”

“इथे येणारे पेशंट्स तू आता शहांकडे नेत आहेस हे काय मला माहीत नाही?”

“आक्का, डॉक्टर शहांना पुरून उरेल इतकं काम आहे. आणि मी एकही केस तिकडे नेलेली नाही. इतकी मीन माइंडेड मी नाही. आपण होऊन कुणी आलं तर मी त्यांना परत पाठवीत नाही.”

“मला सगळं ते कळतं.”

“कळायला हवं होतं. पण तुम्ही मलाच ओळखलं नाहीत, त्याला काय करणार?”

“तुझी कॅलिबर समजल्याशिवाय मी इथला कारभार तुझ्यावर सोपवून गेले नव्हते.”

“मग वाद राहिला कुठे?”

आक्का गप्प राहिल्या. ज्यासाठी तळमळ होती, ती मोकळेपणी सांगता येणार नव्हती. त्या उठून जायला लागल्या. शांत पण काहीशा हुकमी आवाजात अनिता म्हणाली,

“आक्का, जाऊ नका. एकदा ही चर्चा आपल्यात व्हायलाच हवी आहे. बसा.”

आक्का नाइलाजाने बसल्या. आयुष्यात प्रथमच त्या जरा डळमळीत झाल्या

होत्या. अनिताने त्याच सुरात पण ठामपणे बोलायला सुरुवात केली,

"तुमची ही सगळी घालमेल पैशासाठी चालली आहे. अश्विन आणि मामंजींप्रमाणे रोज रात्री एक पाकीट मी तुमच्या स्वाधीन केलं असतं, तर मी खरी ह्या घराची लक्ष्मी ठरले असते. खरं की नाही?"

आक्का आतल्या आत उसळू लागल्या. प्रत्यक्ष पराभवापेक्षा, तो कबूल करावा लागणं हा पराभव मोठा असतो. पहिल्या पराभवात कधीकधी कर्तृत्व कमी पडतं तर कधीकधी कर्तबगारी असून, भूमीच रथाचं चाक पकडून ठेवते. पण दुसऱ्या पराभवासाठी, चाकं न गिळणारी मनोभूमीच विशाल लागते.

"मला काय कमी आहे ग?"

"तोच आम्हाला पडलेला प्रश्न आहे. मिळतोय तेवढा पैसा कमीच आहे हे तुम्हाला माहीत आहे. पण मला माहीत आहे की इट इज नन् ऑफ बिझनेस. मी फक्त इतकंच मानते की, बेदम पैसा मिळवणं ह्याच्याइतकं मिडीऑकर ध्येय दुसरं असू शकत नाही. माणसं जोडायला त्यापेक्षा जास्त बळ लागतं."

अनिताशी मुकाबला करणं अशक्य आहे हे जाणून आक्का आता अश्विनवर घसरल्या.

"तुझी बायको माझी शोभा करतेय आणि तू शांत बसून राहा. पाहतोय काय नुसता?"

"त्यांना कशाला मध्ये घेता? मलाही तुमचा अपमान करायची इच्छा नाही. तुम्ही सांगाल ते काम करायची त्यांना सवय लागली आहे. तुम्ही लावली आहे. कॅलिबर हवा, पण त्याचा उच्चार करायचा नाही. पैसा मिळवायचा, तुम्हाला द्यायचा."

"मी तुझ्याकडे काहीही मागत नाही. तू डॉक्टर नसतीस तरीही चाललं असतं."

"मग डेंटिस्ट मंजिरी का चालली नाही?"

अनिताच्या ह्या प्रश्नावर दोघं उडालीच. त्यांच्या प्रतिक्रिया आणि क्षणात उतरलेल्या चेहऱ्यांकडे पाहत अनिता म्हणाली,

"ह्या क्षणापर्यंत मी ओळख दिली नव्हती. मला ती सगळी हकीकत माहीत आहे. फडके फॅमिलीकडूनच समजली. मी कोणत्या विचारांच्या परिवारात जाणार आहे, हे मला समजूनही मी लग्न केलं. पत्रिका छापून झाल्या होत्या आणि मुख्य म्हणजे अल्ट्रा-सोनोग्राफीचे सव्वा लाख रुपये ऑलरेडी तुमच्याकडे आले होते. 'सखा सप्तपदी भव' ऐकताना मी मनात म्हणत होते, 'मॅरेज इज ए डील.' डोळ्यांसमोर गोड, लाघवी चेहऱ्याची मंजू येत होती. मी तिला मनातल्या मनात सांगत होते, 'बाई ग, गुणवान माणसांची गळचेपी करण्यासाठी हातात सत्ता हवी असते हे स्वातंत्र्य मिळाल्यापासून आपण पाहत आहोत ना? भिऊ नकोस. तू सुटलीस. पण त्याच वेळी मी अडकलेली नाही. अशा माणसांना कुणीतरी धडा शिकवायचा असतो. त्यांना आपोआप जाग येईल अशी अपेक्षा करायची नाही.

मी ते काम करीन. ते काम तुमच्याच घरात आल्याशिवाय मला करता येणार नाही. आय वुईल फेस द म्युझिक.''

आक्का आणि अश्विन कावरेबावरे होऊन एकमेकांकडे पाहायला लागले.

अनिता पटकन स्वत:ला सावरत आक्कांजवळ जात म्हणाली,

''घाबरू नका. मी आत्तापर्यंत तशी वागले का? मी तुम्हाला मानते. ही एवढी इमारत उभी करणं हे खायचं काम नाही. त्यासाठी खूप राबावं लागतं. तुम्ही अतोनात मेहनत केलीत आणि ह्याही वयात तुमच्याजवळ दांडगा उत्साह आहे. पण आक्का, तरीही एक विचार करा, इथं पेशंट्सना कमी सुखसोई आहेत का? तरीही ती माणसं माझ्यामागे का आली?''

ते मान्य करणं फार अवघड होतं. डोळ्यातलं पाणी स्वाभिमानाने थोपवून आक्का न बोलता बाहेर पडल्या.

दुसऱ्या दिवशी सात वाजता टेबलावर नेहमीसारखाच ब्रेकफास्ट तयार होता. पेपर्सची घडी जागच्या जागी होती. फ्रेश नॅपकिन्स हाती पडायला सज्ज होते. फ्लॉवरपॉटमधली फुलं कोवळ्या किरणांना ताज्या बातम्या सांगत होती. अनिता तत्परतेने वावरत होती.

ब्रेकफास्ट संपवून ती आपला गाऊन, पर्स, गाडीच्या किल्ल्या आणि अश्विनचा निरोप घेण्यासाठी बेडरूममध्ये आली. पाठोपाठ आक्का आल्या.

हातातल्या किल्ल्यांचा जुडगा अनिताच्या हातात ठेवत त्या म्हणाल्या,''तुम्ही माथेरान, महाबळेश्वरला कुठेही जा. पण आजपासून 'शतायुषी भव'ची तू इनचार्ज. मी आता निवृत्त होणार आहे. तू हळूहळू बाहेरची कामं बंद कर.''

अश्विन चमकून म्हणाला, ''अशी काय निरवानिरवीची भाषा करतेस?''

आक्का न बोलता निघून गेल्या. अनिताकडे पाहत अश्विन म्हणाला,

''आक्काला जबरदस्त शॉक बसलाय तुझ्या बोलण्याचा. शी इज चेंज्ड ओव्हरनाइट.''

अनिता शांतपणे म्हणाली,

''आक्का बदलणार नाहीत आणि त्यांनी बदलू नयेही. माणसं अशी बदलत नाहीत.''

''त्याशिवाय तुला किल्ल्या मिळाल्या का?''

''तुम्ही फार भोळे आहात. संसार इतका सोपा नसतो. तो खूप वेगळा असतो. बहुसंख्य संसार अडवणुकीवर चालतात आणि तेच मोठं दुर्दैव आहे.''

''म्हणजे काय?''

''तुमच्या आक्कांनी रात्रभर विचार केला. माझ्यासारखी सोन्याची अंडी देणारी कोंबडी सांभाळायची ह्या खुराड्याने आणि तिची अंडी मात्र दुसऱ्या

क्लिनिकमध्ये. त्यापेक्षा सर्वाधिकार दिलेले बरे.''

अश्विन ते विश्लेषण ऐकून चक्रावला. त्याला काहीतरी बोलायचं होतं. पण सराव नव्हता.

पर्स, गाडीच्या किल्ल्या, गाऊन आणि 'शतायुषी भव'च्या किल्ल्या घेऊन अनिता बेडरूमच्या बाहेर पडली.

ती शांत होती.

मॅरेज इज ए डील.

मनं वगैरे जुळली तर को-इन्सीडन्स.

✣✣✣

दिशा

फूटपाथपाशी थांबणाऱ्या गाडीतून कोण उतरतंय हे पाहण्यासाठी मनुष्यस्वभावाला साजेशा कुतूहलाने डॉ.वीणा चक्रदेव फूटपाथवर रेंगाळली. ड्रायव्हरच्या शेजारच्या सीटवरून तांबूस गोऱ्या वर्णाची, सफरचंदासारखी एक मुलगी डौलात उतरली. अंगावर काहीसा तंग सलवार-कमीज, केसांची पोनीटेल, गोऱ्या तांबूस गालांवर चमकणाऱ्या कानांतल्या रिंग्ज, हातात पर्स, पायांत सँडल्स.

ह्या पोरीला चक्क पळवावी, आपल्या गाडीत बसवावी, घरी जाऊन कुमारला सांगावं, 'तुझ्यासाठी बायको आणली आहे. हिंमत असेल तर ह्या पोरीला नकार देऊन बघ.' इतके विचार वीणा चक्रदेवच्या मनात येऊन गेले. तिचा आणि कुमारचा जोडा तर शोभेल, ह्यात वादच नाही. पण तिच्याबरोबर आपण जेव्हा अधूनमधून शॉपिंगला जाऊ, तेव्हा आपलीही जोडी पुरुषांच्या नजरा न्याहाळीत राहतील.

हे विचार पूर्ण व्हायच्या आत फियाटचा मागचा दरवाजा उघडला गेला आणि गाडीतून प्लॅटफॉर्मवर हमालाने होल्डॉल ढकलावा, तसा एक देह खाली आला. वीणावर दुसऱ्यांदा थबकण्याची वेळ आली. शरीराचा तो विचित्र बांधा, काळा वर्ण, कपाळाला आठ्या आणि अरुंद कपाळावर लाल रंगाचं मोठं कुंकू. ह्यापैकी सर्वांत परिचयाची गोष्ट, कपाळावरच्या आठ्या. शेर वनस्पतीचं छोटंसं झुडूप, त्याचं झाड झालं तरी, मध्ये कितीही वर्षं गेली तरी ओळखता येतं, तसं काही माणसांचं असतं. पळनीटकरचा चेहरा वयानुसार बदलणं निसर्गाला धरून होतं. चेहऱ्यावरचा भाव तोच होता. शेर वनस्पतीच्या पर्णविहीन काड्यांचा जसा विस्तार होतो, त्याप्रमाणे माली पळनीटकरच्या कपाळावरच्या आठ्यांचा विस्तार झाला होता.

ही माली पळनीटकर. नंतरची डॉ. वर्षा देसाई. ही गोड पोरगी हिची मुलगी की सून?

"माले!"

ती थबकली. कपाळावरच्या आठ्या वाढल्या आणि कमी झाल्या. ती ओठांच्या एका कोपऱ्यातून हसली. हिला आजही खळखळून हसता येत नाही, ही दुसरी खूण.

वीणा सामोरी गेली. मालीने शेकहँडसाठी हात पुढे केला नाही. वीणाने तिच्या

डाव्या खांद्यावर उजव्या हाताने थोपटत विचारलं,
"ओळखलंस की नाही?"
चेहऱ्यावर फारशी रोषणाई न आणता वर्षा म्हणाली,
"ओळखलं."
फुलून येत वीणा म्हणाली,
"जबर इच्छाशक्ती म्हण, टेलीपथी म्हण, आपली भेट होणारच, असं मला दोन-तीन दिवस वाटत होतं. एकदा तुझी मी चौकशीही केली. जनरल हॉस्पिटलला तू ॲडमिनिस्ट्रेटिव्ह पोस्टवर आहेस, असं समजलं. तेव्हाच मी डॉक्टर ढोबळेला म्हणाले, 'मालीच्या मनासारखं झालं.' अर्थात स्वत:च्या मनाविरुद्ध तू काही घडून देणारच नाहीस म्हणा!"
बेफाम वेगाने गाडी चालवणारा ड्रायव्हर ज्याप्रमाणे वेगाच्या काट्याकडे पाहतच नाही, त्याप्रमाणे मालीच्या कपाळावरच्या, म्हणजे डॅशबोर्डवरच्या आठ्यांकडे न पाहता वीणा बोलत राहिली. तिच्या शेवटच्या विधानाने ती सफरचंदासारखी टवटवीत मुलगी मालीची नजर चुकवून हसली.
"दौरा कुठे?"
"इथंच. ह्या मुलींना सतत काही ना काही हवं असतं ना! जरा कंट्रोल ठेवावा लागतो."
"ही कोण?"
"माझी मुलगी चंदा."
"ही तुझी मुलगी?" वीणाच्या प्रश्नात जो भाव असायला हवा होता, तोच भाव होता. पूर्वी कुणाला असा धक्का बसला की मालीला अभिमान वाटायचा. आता तिला प्रकट न करता येणाऱ्या वेदना होतात. चंदाने आपल्या देखण्या आजीचं रूप घेतलं की आपल्यावर सूड उगवण्यासाठी, आपली देखणी आई, मुलीच्या रूपाने आपल्या पोटी आली, हा नेहमीचा छळवादी सल आताही टोचू लागला. अनेक वर्षांनी भेटलेल्या वर्गमैत्रिणीची तिला अपूर्वाई वाटली नाही.
"बराय, चलू?"
"चलतेस काय? आज मी तुला तसं सोडणार नाही. तुझं ऐकणार पण नाही. तुझ्या देखण्या पोरीशी मला चार शब्द बोलू दे. तुझी गाडी इथंच राहू दे. आपण आपल्या पेटंट फार्मर ब्रदर्सकडे जाऊ. अजून ते त्याच जागी आहे ना? गेल्या पंधरा-वीस वर्षांतलं मला इकडचं काही माहीत नाही. चंदा, चल. तू आलीस की मालीला यावंच लागेल."
ह्यावेळी मालीला फार महत्त्व न देता वीणाने चंदाचाच ताबा घेतला. वीणाच्या इम्पोर्टेड गाडीकडे पाहत चंदाने विचारलं,

“गाडी कुठून...”
वीणा घाईघाईने म्हणाली,
“दुबईहून आणली. मी तिकडेच आहे गेली अठरा वर्षं. तू काय करतेस?”
“मी ऑनररी पोस्ट करतेय.”
“कुठे?”
“आईच्याच हॉस्पिटलमध्ये.”
“मेडिसिन?”
“सायकिॲट्री.”
“तुला सायकिॲट्री का घ्यावीशी वाटली?”
चंदा मोकळेपणी म्हणाली,
“साधारण कळायला लागल्यापासून मला एक जाणवू लागलं की, माणसं खूप तणावाखाली जगत असतात. हाऊसपोस्ट करताना तर माझा तो समज आणखीनच पक्का झाला. सोशल, पोलिटिकल, इकॉनॉमिकल, त्याशिवाय कौटुंबिक...”
चंदा इतकं बोलून थांबली. तिने अगतिकपणे खांदे उडवले. एखाद्या गिर्रेबाज कबुतराने मानेची हालचाल करावी, तशी ती मोहक दिसली. वीणाने विचारलं,
“काय झालं?”
“ह्या देशात समस्याच समस्या.”
वीणा सहजतेने म्हणाली,“दोनच जातीची माणसं असतात. टेन्शनमध्ये वावरणारी आणि टेन्शन निर्माण करणारी.”
“तुम्ही दुबईला का गेलात?”
“टेन्शन निर्माण करणाऱ्यांपासून सुटण्यासाठी.”

फार्मर ब्रदर्सकडे गेल्यावर वीणाने तिघांसाठी कॉफी मागवली.
“आज तुला ऑफ का?” वीणाने मालीला विचारलं.
चंदा मध्येच म्हणाली,
“आज मला सुट्टी आहे. आईला मीटिंग आहे.”
“अरे, सो सॉरी.”
चंदा गडबडीने म्हणाली,“मीटिंग संध्याकाळी आहे आणि आई जाईलच असं नाही.”
“चंदा, वाटेल तो समज करून देऊ नकोस तिचा. ती माझी क्लासमेट आहे.”
तिच्या आवाजात पुरेपूर कडवटपणा होता. पण चंदाच्या ते गावी नव्हतं. ती म्हणाली,
“मग तर तू कशी आहेस, हे त्यांना माझ्यापेक्षा जास्त चांगलं माहीत असणार.”
“तू गप्प बसलीस तर बरं होईल. तिला जरा माझ्याबरोबर बोलू दे.”
आईचा चेहरा पाहून चंदा गप्प बसली. वातावरण बदलायचं म्हणून वीणा म्हणाली,

"माले..."

"बाई ग! त्या नावाची सवय गेली. तू मला वर्षा म्हण."

"बरं, वर्षा म्हणते. पण तू इतकी अपसेट् का होतेस?"

ओठांची विचित्र हालचाल करीत वर्षा म्हणाली,

"मला अकारण कुणी अंडरएस्टिमेट केलेलं आवडत नाही. ही चंदा माझ्याच हॉस्पिटलमध्ये पोस्ट करतेय. तिने माझ्याबद्दल हे असं बोलावं का?"

"वर्षा, तू कमालच करतेस. ती हॉस्पिटल प्रिमायसेसमध्ये असं बोलायला, तिचं काय..."

चंदा मध्येच म्हणाली,

"मावशी, प्लीज डोकं फिरलंय का? हे पुढचं वाक्य बोलू नका."

वर्षा काहीशी त्राग्याने म्हणाली,

"तिला काहीही म्हणू दे. मला माझी कर्तव्यं समजतात आणि काही अधिकार राबवायचे असतात. मी जरूर आवश्यक ती लिबर्टी घेते. हॉस्पिटल कसं ठेवलंय ते सांग. त्या पोस्टवर मीच आहे म्हणून तो डोलारा उभा आहे. मी आहे म्हणून बेडस्ट्रेंग्थ वाढली आहे."

चंदाला हे सगळं काहीसं असह्य होऊन ती म्हणाली,

"आई, तू ह्यांना जरा दुबईला कसं कसं आहे ते विचार ना!"

"मला परेदशाचं कौतुक नकोच आहे. कॉर्पोरेटर्स, कमिशनर, युनियन, लेबर प्रॉब्लेम, हाताखालचा कामचुकार स्टाफ ह्या वातावरणात टिकणं तिला जमणार नाही."

वीणा पटकन् म्हणाली,

"अग, ह्याच गोष्टींना कंटाळून मी तिकडे स्थायिक व्हायचं ठरवलं."

"तुम्हाला तिकडे करमतं?"

"प्रथम प्रथम त्रास झाला, आता सवय झाली."

"सेफ वाटतं?"

"बाईमाणसांना तसा कुणी त्रास देत नाही आणि डॉक्टरी पेशातल्या बाईला तर धोकाच नाही, कारण त्यांना त्याची फार गरज आहे."

"कानावर ज्या गोष्टी येतात..."

"भारतात बलात्कार कमी आहेत का?"

"तरीसुद्धा त्या माणसांकडे नुसतं पाहिलं तरी..."

"तुम्ही इथं येणाऱ्या माणसांकडे,बाकीच्या माणसांच्या तुलनेने पाहता. त्यांच्या स्वत:च्या राज्यात त्यांना सांभाळून राहावं लागतं. कायद्याचा तिथं जबर धाक आहे. धाक असल्याशिवाय प्रगती होत नाही."

वीणाच्या ह्या विधानावर वर्षा पटकन् म्हणाली,

"अगदी बरोबर."
आईकडे कटाक्ष टाकत चंदा म्हणाली,
"आई, मावशी म्हणतात तो धाक वेगळा. स्वत:चा इगो जपायचा म्हणूनच फक्त नियमांवर जाता-येता बोट ठेवणं वेगळं आणि प्रगतीचा पाठलाग करण्यासाठी त्याचा वापर करणं वेगळं."
वर्षाचा चेहरा त्रासिक झाला. वीणा गडबडीने म्हणाली,
"तू येतेस का तिकडे?"
"जरूर."
"पाच वर्षं राहा, भरपूर काम आहे. महिना पंचवीस हजाराला मरण नाही. पाच वर्षं राहावं,यावं परत. आल्यावर मस्तपैकी जागा घ्यावी. पाच वर्षं भरपूर मेहनत करावी लागेल. घर मिळतं, गाडी मिळते आणि तसं कोणी वाटेला जात नाही. तिथं जास्त दरारा असल्यामुळे ती माणसं इकडे चेकाळल्यासारखी वागतात आणि सबंध दिवस आपल्यासारख्यांना इतकं काम असतं की इकडे-तिकडे पाहायला सवडच नसते. तिथं प्रामाणिकपणे काम केलं तरी हडेलहप्पी करणारे, मीन माइंडेड ऑफिसर असतातच."
कपाळाला आठ्या घालत वर्षा एकदम म्हणाली,
"चंदा, आपल्याला निघायला हवं."
"आई, तू अशीच मीटिंगला जा. उलट हॉस्पिटलपर्यंत कशाला येतेस?"
"सगळ्यांवर अधूनमधून लक्ष ठेवायला लागतं. तुला सगळं माहीत आहे."
वीणाने त्या दोघींना पुन्हा वर्षाच्या गाडीपर्यंत सोडलं. निरोप घेता-घेता वीणाच्या व्यक्तिमत्त्वाने भारावलेल्या चंदाने कौतुकाने म्हटलं,
"मावशी, मला तुमचं कौतुक वाटतं. तुम्ही छान आहात."
"म्हणजे?"
"सेल्फ मेड."
"अगं, तुझी आई पण तशीच आहे."
वर्षा तिरस्काराने, छद्मीपणाने म्हणाली,
"ते तिला कधी कळायचं नाही."
"मला ते माहीत आहे, पण तू कायम तकतकलेली असतेस. तुझी मैत्रीण किती जॉली आहे बघ."
"तिला कामाचं, ऑफिसचं टेन्शन आहे का माझ्यासारखं?"
चंदा गंभीर होत म्हणाली,
"मी बोलले की तुला राग येणार आहे. पण मावशी, मी मुद्दाम तुमच्यासमोर बोलणार आहे. तुम्ही तिच्या क्लासमेट, म्हणजे यू आर नॉट ए स्ट्रेंजर.

आपल्या व्यवसायात बेदम काम असतं. पण बेदम काम करणारी व्यक्ती टवटवीत असते. तृप्त असते. काम करून करून येणारा थकवाही प्रसन्नतेचा नजराणा देतो. शक्ती वाढवतो. आमची आई सतत इतर माणसं कामं करतात की नाही, ह्या विचाराने कावलेली असते.''

''जनरल हॉस्पिटल चालवायचं म्हणजे...''

''जाऊ दे. आपलं ह्या विषयावर पटत नाही हे मला माहीत आहे. तरीही तू तुझ्या मैत्रिणीकडे बघ. परदेशात, तेही दुबईत स्वतंत्रपणे, स्वतःच्या हिंमतीवर...''

चंदाला मध्येच थांबवत वीणा म्हणाली,

''थोडेसे मालीचे उपकार आहेत माझ्यावर त्या बाबतीत.''

चंदाने आश्चर्याने पाहिलं.

''पुढच्या मुक्कामात सांगेन. वर्षाला मीटिंग आहे ना!''

वीणाने असं सांगताक्षणी, आपल्याबद्दल काही चांगलं ऐकायला मिळणार म्हणून वर्षा कोरडेपणा टिकवत म्हणाली,''सांग, सांग. एवीतेवी उशीर झालाच आहे.''

वीणा मोकळेपणाने म्हणाली,

''आजूबाजूला कितीही गहजब, गदारोळ चाललेला असला तरीही हिच्या अभ्यासात, वाचनात कधी खंड पडला नाही. जबरदस्त एकाग्रता. तो गुण मी हिच्याकडून उचलला. आणखीन एक सांगू?''

वरचे दात आणि वरचा ओठ ह्यात जिभेचं टोक अडकवून, तोंड अर्धं उघडं ठेवून, मान तिरकी करून वर्षा ऐकू लागली. ती परिचयाची लकब न्याहाळीत वीणा म्हणाली,

''महाराष्ट्र राज्य नाट्यस्पर्धेत हिने माझी अडवणूक केली होती. ज्या एका क्लायमॅक्सवर नाटक अवलंबून होतं, ते नाटक हिच्यामुळे कोसळणार होतं. काय आठवतं का?''

वर्षा गप्प राहिली.

''मी ते लक्षात ठेवलंय असं समजू नकोस. पण त्या प्रसंगाने मला जे शिकवलं, तेही दुबईतल्या करिअरला अंशतः उपयोगी पडलेलं आहे.''

इतकं बोलून वर्षाकडे पाहत वीणा म्हणाली,

''ह्या मुक्कामात तुझी कसंही करून भेट घ्यायची आणि तुझे आभार मानायचे, असं मी ठरवलं होतं. माझ्या मनात जे घडलं त्याबाबत कोणताही बिटरनेस राहिलेला नाही.''

''मावशी, काय झालं सांगा.''

''प्रॉपर्टीची जबाबदारी हिच्यावर सोपवली होती. एका ठरावीक संकेतस्थळी आत जाऊन विंगमधून रायफल आणायची होती. ही तुझी आई रायफलसहित

गायब झाली.''

''वीणा, आता तू माझ्या मुलीचा गैरसमज...''

''तो विषय तू आता सविस्तर बोलायला भाग पाडू नकोस. मला प्रयोग संपल्यानंतर जे घडवलं गेलं ते सगळं समजलं आहे. मी काय म्हणते, तुला माझ्यावरच सूड घ्यायचा होता तर तो स्वतंत्रपणे घ्यायचा. त्यावेळी संपूर्ण कॉलेजचा संबंध होता. तर ते जाऊ दे.''

मध्येच चंदाने विचारलं,

''तुम्ही प्रयोग कसा निभावून नेलात?''

कटुता विसरून वीणा म्हणाली,

''मी विंगमध्ये गेले. तिथूनच स्टेजवरच्या आर्टिस्टला खूण केली. त्याने सावरून घेतलं. आत आपटबार तयार होता. आतूनच गोळी झाडली. खुद्द नाटककारालासुद्धा नंतर ती कल्पना आवडली. पण ते सगळं संपलं. मला वेगळंच सांगायचं होतं. तुझ्या आईने, म्हणजे माझ्या ह्या मैत्रिणीने मला घडवलं, हे मला सांगायचंय.''

दोघींनी वीणाकडे पाहिलं, तेव्हा वीणा मोकळेपणाने हसत म्हणाली,

''आयुष्यात जो अत्यंत महत्त्वाचा निर्णय असतो, की ज्या निर्णयामुळे सगळ्या भवितव्याला कलाटणी मिळण्याची शक्यता आहे, अशा क्षणी कुणावरही विसंबून राहायचं नाही. आपला बेत फसला किंवा कुणीतरी उधळून लावेल अशी परिस्थिती निर्माण होऊ द्यायची नाही. निर्णयाच्या क्षणी आपण स्वतंत्र असलं पाहिजे.''

चंदा विचारात पडली. चंदाचं आणि वीणाचं जमतंय, हे पाहून वर्षा अस्वस्थ व्हायला लागली.

चंदाने तिच्या विचारांनी भारावून जात विचारलं,

''सगळ्या आयुष्यात अगदी ज्याला आपण निर्णायक क्षण म्हणतो, असे संख्येने किती येतात?''

''अगं बाई, लग्नासारखा एखादा क्षण आबाद किंवा बरबाद करायला पुरेसा असतो. अशा क्षणी व्यक्ती स्वतंत्र हवी. तू आता सायकिॲट्रिस्ट होणारेस. नव्वद टक्के पेशंट्स तुला हेच सांगतील, 'लग्नाच्या वेळी तेव्हा आम्हाला काही कळत नव्हतं.''

चंदा आता आणखीन भारावली. तिचा निरागस चेहरा न्याहाळत वीणा म्हणाली,

''एकमेकांच्या पसंतीने लग्न झालं आणि नंतर अंदाज चुकले तर इलाज नाही. पण चंदा, माझी एक क्लासमेट आहे. आम्ही तिला सोनचाफा म्हणत असू. तिला तर जेव्हा नवरा प्रथम बघायला आला त्या क्षणापासून तीव्रतेने जाणवलं

होतं की, ह्याचं आणि आपलं एक क्षण जमणार नाही. आणि तरीसुद्धा तिला त्याच माणसाशी लग्न करणं भाग पडलं. परवाच भेटली होती. पिसारा झडून गेलेल्या अवस्थेत दिसली. हे खरं दुर्दैव.''

चंदा शहारली.

''घाबरू नकोस. प्रत्येकीचं असं होत नाही. लग्नाची गोष्ट सोड. पण इतर अनेक बाबतीत एक कानमंत्र देते आणि पळते. प्रत्येक समस्येवर रामबाण उपाय मिळाला नाही तर एक पर्याय हाताशी ठेवायचा.''

''एका समस्येवर दुसरा पर्याय असतो?''

''समस्या आणि उत्तर ह्यात वेळ म्हणजे टाइम फॅक्टर असतो. फोर्थ डायमेन्शन म्हणतात तो फॅक्टर. म्हणूनच एका उत्तराची वेळ टळली की दुसरं उत्तर शोधावंच लागतं.''

''तुमची ती मैत्रीण, जिला न पटलेल्या माणसाशी लग्न करावं लागलं...''

''कोणत्याही दडपणाला न जुमानता ते स्थळ नाकारण्याचा एक क्षण होता, तो हुकला. म्हणजे पुन्हा वेळ हाच फॅक्टर...''

ती चर्चा असह्य होऊन वर्षा म्हणाली,

''चंदा, तुम्ही बोलत बसा. मी जाते.''

तिघी उठल्या.

''मावशी, तुमचा फोन नंबर द्या. मला तुमच्याशी बोलायचंय खूप. ऑफ्कोर्स, इफ यू डोण्ट माइंड.''

वीणा म्हणाली,

''मला तर चक्क तुला पळवायची आहे, इफ यू डोण्ट माइंड.''

'यू' शब्दावर जोर देत वीणा म्हणाली.

वर्षा विलक्षण बिथरलेल्या अवस्थेत घरी परतली. वीणा भेटली आणि वैताग देऊन गेली. कुणालाही भेटायची तिला आता इच्छा राहिली नव्हती. वीणा भेटली ती भेटली, इतकंच नव्हे तर चंदाची आणि तिची तार जुळली. आईच्या उणिवा दाखवून देणारी सगळी माणसं चंदाला जवळची वाटतात. चंदाला केव्हातरी समज द्यायला हवी. तिच्या मनात हा विचार आल्याबरोबर, त्याच क्षणी ती चंदाला काही सांगणार त्यापूर्वी लिफ्टमध्येच चंदा म्हणाली,

''ऐन वेळी अडवणूक करायची तुझी सवय कॉलेजपासून होती तर?''

''ते तू आता जन्मभर लक्षात ठेव. वीणा कोलीत देऊन गेलीच आहे एवढ्यात.''

''आई, तू चिडू नकोस. असं वागून आपण काय साधतो, ह्याचा विचार कर.''

विलक्षण उफाळून येत वर्षा म्हणाली,

"तुझ्याकडून धडे घेण्याची वेळ माझ्यावर आलेली नाही. तुझ्या सायकिअॅट्री आणि सायकॉलॉजीचा वापर हॉस्पिटलमधल्या लोकांसाठी कर."

चंदा गप्प बसली. मुकाट्याने आपल्या खोलीत गेली. डोकं कमालीचं ठणकायला लागलं म्हणून वर्षा तिच्या बेडरूममध्ये जाऊन पडून राहिली. तिने डोकेदुखीवर, आलेल्या सँपल्समधून गोळी घेतली, पण उपयोग झाला नाही. मनातले विचार, त्याहीपेक्षा वीणाची भेट, ते विचार जाता जाईनात. लिफ्टमधला चंदाचा कॉमेण्ट तर पुन:पुन्हा कानावर आदळत होता, 'तू कॉलेजपासून अशीच होतीस तर?'

...होय, मी अशीच होते, मला तसं व्हावंच लागलं. चंदाला खोलीत बोलवावं आणि तिला ओरडून सांगावं की ह्या जगात असंच वागावं लागतं. माझ्यासारख्या व्यक्तीला आणि त्यातही सौंदर्याची देणगी नसलेल्या बाईला, स्वत:चा अधिकार मिळवण्यासाठी आणि वर्चस्व टिकवण्यासाठी हेच करावं लागतं.

स्त्रीला सौंदर्याचा लाभ होणं, तिच्या अस्तित्वासाठी श्वासाइतकं आवश्यक आहे. सौंदर्य हाच अधिकार. ह्याच सौंदर्याच्या अधिकारावर माझ्या आईने श्रीमंत नवरा मिळवला. सौंदर्याप्रमाणेच मूळचीच श्रीमंती लाभली तर माणसाला फारशी अक्कल नसली तरी चालते. श्रीमंत बाप आणि सुंदर आई. एकीने सौंदर्याच्या जोरावर श्रीमंती खरेदी केली, तर एका श्रीमंताने पैशाच्या बळावर सौंदर्य विकत घेतलं. श्रीमंत लोकांना अक्कल उपजत असते असं निर्धन समाजाला वाटतं आणि सौंदर्याला अक्कल लागत नाही. दोन्हीची युती झाली की जग हातात आलं. त्या ट्रॅकवर छोटी गावं लागत नाहीत. 'लायन,रोटरी' अशी शहरं असतात. फॉरिनच्या वाऱ्या असतात. तीर्थक्षेत्राला जाणाऱ्या पायी दिंड्या नसतात. कारण पायच ठरणार नाहीत अशी त्यांची 'तीर्थं' असतात. तिथून विमानंच सुटतात. एसटीच्या, यात्राकंपनीच्या सर्व्हिसेस् सुटत नाहीत. ही सगळी जमात सुटलेलीच असते.

चंदा, ह्या जमातीच्या पंचतारांकित हॉटेलमधले सेमिनार्स मी पाहिलेले आहेत. अमका लायन तमक्या लायनला हार घालतो आणि तो तमका लायन पुन्हा पुन्हा अमक्या लायनचं कौतुक करतो. इनर व्हीलवर, सतत एकमेकांभोवती फिरणाऱ्या ह्या सिंहांजवळ फक्त पैशाचं वंगण असतं आणि सौंदर्याची आयाळ असते. एखादा निर्धन पण साहित्य, नाट्यकला, चित्रकलेचं, गुणांचं धन असलेला माणूस ह्यांचा सभासद होऊ शकत नाही. ह्या माणसांच्या संस्थेला ते फार तर देणगी देतील. कारण देणगीपाठोपाठ तिथं आपल्या संस्थेच्या नावाची पाटी लावता येते. पण एखाद्या कलावंताचं निव्वळ

कलावैभव पाहून, त्याला ते मेंबरशिप देणार नाहीत. माझी आई आणि पिताश्री सतत ह्याच विश्वात रममाण झालेले होते. गरिबी ही जशी लक्ष्मीधराची वैरीण त्याप्रमाणे कुरूपता ही सौंदर्याची शत्रू. मला आई होती, पण ती स्वरमालेतील, बाराखडीमधील दोन अक्षरं एकत्र आली म्हणून. बाराखडीमधली 'खडी'च जास्त खरी. त्या टोचणाऱ्या खडीकडे मी दुर्लक्ष करायला शिकले, ती माझ्या वयाच्या बाराव्या वर्षी. माया ही भावना व्यक्त करणारी 'माय' माझ्या वाट्याला आली नाही. माझ्यासारख्या सामान्य–नव्हे–कुरूप मुलीला जन्माला घालून, नियतीने माझ्या आईची जिरवली, असं मला सुरुवाती-सुरुवातीला वाटलं. पण नफ्फड माणसांची कुणी जिरवू शकत नाही. अर्थात हे कळायला मला फार वेळ लागला. प्रारंभी प्रारंभी आई मला कौतुकाने सगळीकडे नेत होती. 'ही तुमची मुलगी?'–असं कुणी चमकून विचारलं की, ती हेतुपुरस्सर दुर्लक्ष करून, माझ्या आरोग्याचं कौतुक करीत असे. त्याचं कारण चंदा, धडधाकट माणसालाही, पाच मिनिटांच्या आत मला कडेवर घेऊन धाप लागायची.

अर्थात हे कौतुक फार काळ वाट्याला आलं नाही. त्यानंतर माझ्या वाट्याला आली ती कायम मुलं सांभाळणारी पगारी माणसं. त्या माणसांचं आणि माझं कधीच पटलं नाही. ह्या नोकरवर्गाला कितीही पगार द्या, त्यांचं समाधान होत नाही. तू आपल्या हॉस्पिटलमध्ये पोस्ट करत आहेस तेव्हा लेबर स्टाफ म्हणजे काय चीज आहे, हे तुला माहीत आहे. ज्यांना फटके मारून काम करून घेणं आवश्यक आहे, तिथं त्यांच्या युनियन्सपायी, त्यांचे पाय धरावे लागतात. ह्या कामगारांचे मग्रूर नेते, हे कामगार किती तास काम करतात आणि किती तास पानतंबाखू खाऊन, सगळीकडे थुंकत उकिरडा करतात, हे पाहायला कधीच येणार नाहीत. खरं तर एसी गाड्यांतून हिंडणाऱ्या ह्या युनियन नेत्यांना फटके हाणले पाहिजेत. अर्थात माझ्या त्या वयात, सर्वांगाला विड्यांची दुर्गंधी येणाऱ्या माणसांजवळच मला राहावं लागलं. ह्या माणसांबद्दल माझ्या मनात त्या दिवसांपासून राग आहे. विड्या, सिगारेट, तंबाखू आणि लेबर स्टाफ ह्या सगळ्यांची एकदमच तिडीक बसली. आणि हॉस्पिटल चालवायला घेतल्यापासून त्यात भर पडली. चव्वेचाळीस वर्षांत ह्या राज्यकर्त्यांनी पोसलेले हे कामचुकार पोळ आहेत सगळे आणि त्यांना वेठीला धरून स्वत:च्या तुंबड्या भरणारे नेते म्हणजे वळू आहेत. जाऊ दे. चंदा, तुझ्या आईचं म्हणणं तुला कधीच समजणार नाही आणि तुला ते समजलं नाही तर, आय डोण्ट केअर. ज्या व्यक्तीला घरचा आणि दारचा कारभार ताब्यात ठेवायचा आहे, त्या व्यक्तीने कुणाला विश्वासात वगैरे घेण्याच्या भानगडीत पडू

नये. त्यापेक्षा सगळ्यांच्या शेपट्या हातात कशा ठेवता येतील, त्याचा विचार करावा.

"आई, तू मीटिंगला गेली नाहीस?"

"माझं डोकं दुखतय."

"आपण शॉपिंगला गेलो तेव्हा तू बरी होतीस?"

"डोकं दुखायला लागण्यापूर्वी काय सर्क्युलर वगैरे पाठवून दुखायला लागतं काय?" वर्षाने चिडक्या आवाजात विचारलं.

चंदाकडे उत्तर तयार होतं. ती पटकन् म्हणाली,

"सर्क्युलर येत नाही तेच छान आहे, नाहीतर तेही तू दाबून ठेवलं असतंस."

"चंदा..."

आईच्या ओरडण्याकडे लक्ष न देता चंदा म्हणाली,

"आणि हाताखालच्या माणसाने 'डोकं दुखतंय' सांगितलं असतं, तर 'सर्क्युलर दाखवा' म्हणाली असतीस."

"तू माझ्या खोलीतून चालायला लाग."

"मी निघालेच आहे. पण जाण्यापूर्वी तुला पुन्हा एकदा तुझी न आवडणारी आणखी एक गोष्ट सांगणार आहे. तू तुझी जीभ उलटी करून वरच्या दातांच्या आणि ओठाच्या मध्ये खुपसून ठेवतेस ना, ते अगदी शॅबी दिसतं. पाल उलटी पडल्यासारखं दिसतं."

आईला इतकं सुनावून तिच्या कपाळावरच्या आठ्या न मोजता चंदा खोलीतून बाहेर पडली. रागाच्या भरात उठून बसलेली वर्षा पलंगावर आडवी होत मोठ्यांदा पुटपटली,

'चंदाची शेपटी कुठे अडकली आहे हे एकदा समजायला हवं.'

चंदा नेहमीप्रमाणे ओ.पी.डी.त कामाचा दिवस असल्यामुळे ओ.पी.डी.त आली खरी, पण आज तिचं स्वत:चंच मन थाऱ्यावर नव्हतं. वीणा चक्रदेवची दिलखुलास वृत्ती आणि तिने हसत-हसत सांगितलेल्या नाट्यप्रयोगाची हकीकत तिच्या मनातून जात नव्हती. तिने ती कथा तशी फारशी रंगवून सांगितली नव्हती. पण तो इमर्जन्सीचा क्षण, पर्याय शोधण्यासाठी व उरलेला अवसर, त्या काळात येणारं टेन्शन, हे सायकिॲट्रिस्ट ह्या भूमिकेतून जाणणं काही अवघड नव्हतं. आत्महत्या करणारी माणसं अनेकदा अशाच एखाद्या क्षणी टोकाचा निर्णय घेतात. तो क्षण कोणत्याही निमित्ताने हुकला तर काही

माणसं वाचतातही. त्याप्रमाणे ज्या एका क्षणी सगळ्या प्रयोगाचं यशापयश एका मामुली गोष्टीवर अवलंबून होतं, स्पर्धेचा प्रयोग होता, एका संस्थेच्या ट्रॉफीचा सवाल होता, त्या क्षणी आईने असं का वागावं? वीणाने ते सगळं हसत-हसत सांगितलं. कारण तिला पर्याय सापडला होता. तो यशस्वी ठरला होता. त्या क्षणी अपयश आलं असतं तर? त्याशिवाय आणखी एक बाब आहेच. संकटं आणि दु:खं अंतरावर गेली की त्याची मेडल्स होतात. जो त्या हकिकती ऐकतो त्याच्या नजरेतही 'तुम्हीच होतात म्हणून निभावून गेलात' अशा कौतुकाच्या आरत्या असतात. त्या मेडल्सना मग प्रत्येक निवेदनाने पॉलिश चढतं. निवेदनातून 'वेदना' वर्ज्य होते. तरीही आईची वृत्ती लपत नाही. 'प्रत्येकाची शेपटी हातात हवी' हे तिचं आवडतं धोरण. हे असं का? ती अशी का झाली? वीणामावशी पुन्हा भेटायला हवी. त्या विचाराबरोबर चंदाने ऑपरेटरकडे वीणाचा नंबर मागितला.

"हॅलो, मी चंदा बोलतेय."

"चंदा कोण?"

"भले, मावशी जिला तुम्ही चक्क पळवणार आहात तिची ओळखही विसरलात?"

"माय गुडनेस, तू होय? तुझ्या फोनची मी इतक्या झटपट अपेक्षाच केली नव्हती. बोल, फोन कसा केलास?"

"मला तुम्हाला भेटायचं आहे."

"नुसती भेटू नकोस. दुबईला येतेस का?"

"आधी इथं तर भेटा. दुबई लांब आहे."

"तीन तासांत दुबई. मुंबईतच मला गाठताना दोन तास लागतील."

"नकार देण्याचा मस्त प्रकार आहे हा."

"तसं नाही ग! तू आत्ता ये आणि भेट. मालीची परवानगी घे आणि ये. ती माझ्यावर भडकली असेल."

"कशासाठी?"

"मी काल नेमक्या नको त्या गोष्टी सांगितल्या ना! पण केव्हातरी मला ते तिला ऐकवायचं होतं आणि त्या प्रसंगातली आपली कटुता संपल्यावर, अशा गोष्टी ऐकवण्यात मजा असते. आपण शांत असतो आणि ऐकणारा उफाळत राहतो. पण सांगताना आपणच हसत असतो म्हणून त्या व्यक्तीला काहीच करता येत नाही."

"तिचं डोकं दुखत होतं. नंतर मीटिंगला गेली नाही. झोपून राहिली."

"दुबईत फार स्ट्रिक्ट आहे सगळं. इथं चालतं."

"मीटिंग कोणता ऑफिसर घेणार आहे, त्यावर आमच्या आईचं अवलंबून असतं."

"म्हणजे हाही स्वभाव तोच राहिला तर."

"मावशी, तुम्हाला सगळंच माहीत आहे."

–वीणा नुसती हसली. चंदा न राहवून म्हणाली,

"जिथं जिथं हे मी केलं, हे मलाच करावं लागतं, मी आहे म्हणून सगळं चालतं, अशी टिमकी वाजवता येईल अशा मीटिंग्जना आई हमखास जाते. प्रोटोकॉल वगैरे महात्म्य तिला अशा वेळी अचूक आठवतं."

वीणा गप्प राहिली.

"हॅलो, मावशी तुम्ही गप्प का?"

"विचार करत होते."

"कसला?"

"तू इतक्या मोकळेपणी बोलायला लागलीस की मला जरा..."

"मावशी, मलाही आश्चर्य वाटतंय, पण त्याशिवाय आणखी एक कारण आहे."

"बोल."

"आय ॲम ट्राइंग टू अंडरस्टँड माय मदर."

"तुझी तर ती प्रोफेशनच आहे."

"मावशी, आपला अभ्यास आणि सायन्ससुद्धा हात टेकेल, अशा काही व्यक्ती असतात. आईला नक्की काय हवंय, ते मला समजतंय, पण ती अशी का झाली असेल, ते कळत नाही."

"आपण भेटू केव्हातरी."

"तुम्ही जाण्यापूर्वी..."

"उद्या सायंकाळी भेटू या."

"ओके."

त्या रात्री जेवताना चंदाचे बाबा सहज म्हणाले,

"आज तुमचा फोन जाम लागत नव्हता."

वर्षा म्हणाली, "जनरल हॉस्पिटल म्हटलं म्हणजे तसं व्हायचंच."

"ते मला माहीत आहे. तरीही एरवी इतका त्रास होत नाही."

वर्षा आठ्या घालत म्हणाली, "कधीकधी माणसं खाजगी गोष्टी, निंदानालस्ती करीत राहतात."

बाबा लगेच म्हणाले,

"हे तुझं नेहमीचं तर्कट सुरू झालं."

वर्षा ठासून म्हणाली,"मी उगीच बोलत नाही. मला सगळ्या गोष्टींचा अचूक वास येतो."
चंदा काय ते समजली, पण बाबा मध्येच म्हणाले,
"ते नेहमीचं मला माहीत आहे. अस्तित्वात नसलेल्या गोष्टींचाही तिला वास येतो."
"तुम्हीच तुम्हाला काही माहीत नसताना बोलत जाऊ नका. चारशे बेड्सचं हॉस्पिटल मी आहे म्हणून चाललंय. मला सगळ्या गोष्टींचा पत्ता लागतो."
"आई, चारशे हा आकडा कागदोपत्री दाखवायला ठीक आहे. स्टाफ वाढवून मागायला सोईचा आहे. टू बी प्रिसाइज, तीनशे पाच बेड्स आहेत, त्याही कायम भरलेल्या असतात असं नाही."
"तुला मध्ये बोललंच पाहिजे का?"
"मी ह्याच हॉस्पिटलमध्ये पोस्ट करतेय हे तू अधूनमधून विसरतेस म्हणून बोलावं लागतं."
"मी काहीही विसरत नाहीय. माझं व्यवस्थित लक्ष आहे प्रत्येकाकडे. कोण किती काम करतं, फोन किती चालतात, फोनवर काय बोललं जातं, आय नो एव्हरीथिंग."
"तुझी सगळीकडे माणसं पेरलेली आहेत, हे मीसुद्धा ओळखून आहे. प्रामाणिकपणे खपणारा स्टाफ कोणता, तुला खुपणारा किती आणि चमचेगिरी करून फॅसिलिटीवर ऐष करणारे किती, हे मी सगळं जाणते."
"गप्प बसायला काय घेशील?" वर्षाने चवताळून विचारलं.
जेवण अर्ध्यावर टाकून उठत चंदा म्हणाली,
"काहीच नको."
"बेटा, अन्नावर राग काढू नये." बाबा समजुतीने म्हणाले. चंदाही मार्दवतेने पण निग्रहाने म्हणाली,
"बाबा, तो राग अन्नावर नसतो. अशा वातावरणातही आपल्याला भूक कशी लागते, त्याच्यावर तो राग असतो."
चंदा अर्ध्या जेवणावरून उठली हे पाहून बाबाही उठले. आपल्या खोलीचं दार बंद करून त्यांनी जॉनी वॉकरची बाटली काढली. हा सगळा प्रकार पाहून, गरमगरम पोळी वाढायला आलेली अनसूया थक्क होऊन उभीच राहिली. वर्षा निर्विकारपणे म्हणाली,
"बापलेक कायम माझ्याविरूद्ध टपलेली असतात. मला ही अशी नाटकं करून चालणार नाही. हॉस्पिटल चालवायचं आहे."
अनसूया उभीच होती. तिच्यावर अकारण राग काढत वर्षा म्हणाली,

“तू नुसती का उभी आहेस? ती पोळी मला वाढ आणि जा. माझ्या चेहऱ्याकडे पाहत उभी राहू नकोस. तो मुळीच बघण्यासारखा नाही.”

चंदा बाबांच्या समोर बसली होती. एकही अक्षर न बोलता ती फक्त त्यांच्याकडे बघत होती. त्यांनी तिसरा पेग संपवला. अर्धा ते पाऊण तास एकमेकांशी अक्षरही न बोलता गेला होता.

“चंदा, तू जाऊन झोप.”

“तुम्ही माझी काळजी करू नका.”

“मी फक्त तुझीच काळजी करतो आणि नुसती काळजी करतो असं नाही तर...” बाबांनी वाक्य पूर्ण केलं नाही.

“बोला ना...”

“मी ह्या घरात इतकी वर्षं राहिलो ते केवळ तुझ्यासाठी. तुझं लग्न झालं की मी मोकळा झालो.”

“काय करणार आहात?”

“ठरवलेलं काहीच नाही. पण वर्षाजवळ राहणार नाही, इतकं नक्की.”

“मी आता माझी काळजी करावी इतकी लहान तर नक्की नाही. तुम्ही काही वेगळं ठरवलं असेल तर अगदी उद्यापासून तसं जगायला लागा.”

“वेगळं म्हणजे तुला नक्की काय म्हणायचं आहे?” बाबांनी कमालीच्या आश्चर्याने पण तितक्याच शांतपणाने विचारलं.

“निराळी जागा घेणार आहात का?”

“ठरवलं नाही, पण केव्हाही मिळू शकेल.”

“मग घेऊन टाका.”

“का?”

“म्युनिसिपल क्वॉर्टर्समध्ये राहायचं म्हणजे कायम आईच्या नावावर. तिला त्याचाही रुबाब वाटत असेल.”

“असेल नाही, वाटतोच. तू खूप लहान होतीस तेव्हा तिने मला ते बोलून दाखवलं होतं.”

“तुम्ही त्याच वेळेला स्वाभिमानाने...”

“बेटा, स्वाभिमानालाही कधीकधी ऐपतीचा आधार लागतो. त्याशिवाय...”

“पण बाबा...”

तिला मध्येच थांबवत बाबा म्हणाले,

“इतक्यातच तू म्हणालीस, मी आता लहान नाही. उत्तम आणि उच्च पदवी हीसुद्धा ऐपतच आहे. नुसता स्वाभिमान आहे, पण कोणतीच पात्रता नाही ती

माणसं जास्तीत जास्त मग्रूर असतात.''

चंदा अवाक् झाली. बाबांवर तिचं प्रेम निर्विवाद होतं. कदाचित आईपेक्षा झुकतं माप बापाकडेच होतं. तरीही अगदी आयुष्याचा आढावा घ्यावा इतक्या मोठ्या विषयावर बोलण्याची वेळ कधी आली नव्हती. एखादी व्यक्ती जाता-जाता जेव्हा आपल्याला अपेक्षित नसलेला एखादा कॉमेण्ट करते, तेव्हा त्याचं फक्त नवल वाटतं. पण केव्हातरी सगळ्या आयुष्याचा पट उलगडून बसण्याचा क्षण येतो तेव्हाच त्या माणसाचे खरे विचार समजतात.

पृष्ठभागावरून नुसतंच वाहून गेलेलं पाणी किती आणि जमिनीने धरून ठेवलेलं किती हे 'बोअरवेल' खणल्याशिवाय कळत नाही. वर्ष संपलं की आपण नवीन कॅलेंडर आणतो. काही वाणसामानासमोर फुकट येतात. कधीकधी कॅलेंडरसाठी आपण अनावश्यक वस्तूही घेतो. प्रत्येक महिन्याला वेगवेगळं चित्र असलेलं, कधी जाहीरपणे लावता येणारं किंवा लावता न येणारं, भारी कॅलेंडरही आपण पळवलेलं असतं. कितीही आकर्षक-आकर्षक म्हटलं तरी त्याचं नावीन्य किती काळ? नाविन्याइतकी चटकन् शिळी होणारी दुसरी कोणतीही वस्तू नसेल. भिंतीकडेच पाहत आयुष्य घालवणाऱ्या रिकामटेकड्यांना कॅलेंडरवर कोणतंही चित्र चालतं. व्यक्तिमत्त्व घडवणाऱ्या माणसांच्या बाबतीत, तारखांचे चौकोन जास्त सचित्र असतात. प्रत्येक चौकोनावर वेगळं चित्र, वेगळा विचार, वेगळी प्रगती, वेगळं शिखर. तो पट जेव्हा जेव्हा उलगडला जातो तेव्हाच समोरच्या माणसाला जाणवतं की, प्रत्येक श्वासाचं दाम मोजून श्याम विकत घेणारी गदिमांची नायिका आणि समोरचा माणूस एकच आहे. बुद्धी, मन आणि शरीराचं दान करून ह्या माणसाने कॅलेंडरचा कालनिर्णय स्वत: विकत घेतला आहे.

चंदाने शांतपणाने विचारलं,

''आता ऐपत आहे ना?''

''तुझ्यात गुंतलो होतो, म्हणालो ना? आय वॉण्टेड टू प्रोटेक्ट यू.''

''संरक्षण? माझं? कुणापासून?''

अत्यंत खेदाने बाबा म्हणाले,

''निंदानालस्तीत मला रस नाही. पण आता तू खरंच मोठी झालीस आणि प्रत्येक व्यक्तीचं स्वतंत्र मूल्यमापन करू शकतेस. त्याशिवाय त्याच शास्त्राची पदवीधर आहेस, म्हणून सांगतो. आपल्या ह्या तीनच माणसांच्या संसारात तुझं रक्षण मी आणखी कुणापासून करणार?''

''माझं रक्षण म्हणजे काय, ह्याचाच अर्थ मला अजून समजलेला नाही. ती माझं काय करणार होती?''

“नुसता राग राग करणंही पुरेसं असतं.”
“तिचा तो पर्सनॅलिटी पॅटर्न आहे. आपण दुर्लक्ष करायची शक्ती वाढवायची.”
बाबा अस्वस्थ होऊन हात पाठीशी घेऊन खोलीत फेऱ्या मारू लागले. तीन पेग पोटात जाऊनही ते शांत होते. तीन-चार फेऱ्या झाल्यावर न राहवून त्यांनी आणखी एक पेग तयार केला. चंदाकडे स्थिर नजरेने पाहत ते म्हणाले,
“माणसाच्या अंतर्मनात विचार जन्माला येतो. मनात त्या विचाराचा एकदा उगम झाला की तो पृष्ठभागावर येतो. मग तो वाणीतून प्रकट होतो किंवा कृतीत व्यक्त होतो. वाणी आणि कृतीचा परामर्ष घेता येतो. तिथं काही प्रमाणात हिशोब संपतो. पण अप्रकट विचारांची एक अफाट शक्ती असते. त्यातूनही काही लहरी निर्माण होत असतात. मेटॅफिजिक्सच्या काही तत्त्वांप्रमाणे ते त्याला ‘ऑरा’ म्हणतात. मी त्याचा फार मोठ्या आध्यात्मिक पातळीवरून अभ्यास केलेला नाही. तरीही एका निश्चित शास्त्र म्हणून आता काही विचार मानले जातात. त्या ज्या काही मॅग्नेटिक लहरी असतील, त्यांचा नक्की वातावरणावर परिणाम होत राहतो. मनातल्या मनात सतत कावलेली, दुसऱ्या व्यक्तीला कायम कःपदार्थ मानणारी व्यक्ती, वर्षानुवर्षं वास्तूत वावरत असेल तर मग त्याचा काहीच परिणाम होत नसेल का?”
वेगळ्याच रूपात प्रगट होणाऱ्या बाबांकडे ती बघत राहिली. सगळं सांगितल्याशिवाय राहवेना म्हणून बाबा म्हणाले,
“गेल्या काही वर्षांत, तुम्ही मायलेकी कधी आनंदाने फिरायला गेलात?”
“नाही.”
“दाराशी गाडी असून.”
“नाही गेलो. आणि कधी गेलोच तर ती मला पुढे बसायला लावते. का कुणास ठाऊक.”
“शी हेट्स यू.”
चंदा चमकली.
“अर्थात तो मत्सर मुलीचा नाही. सौंदर्याचा आहे. तू पाच-सहा वर्षांची होतीस, तोपर्यंत ती तुला घेऊन अभिमानाने मिरवत असे. तू मोठी व्हायला लागलीस तेव्हा तुमच्यातलं अंतर वाढत गेलं. ट्राय टू रिकलेक्ट ॲण्ड करेक्ट मी, इफ आय ॲम रॉंग.”
चंदा गप्प राहिली. बोलूच शकली नाही. आपला अंदाज अनुभवावर उभा असल्याचा आनंद होऊन बाबा म्हणाले,

"तुमच्या दोघींची प्रोफेशन एकच आहे. पण त्या विषयावर तुमच्या कधी मनमोकळ्या गप्पा तरी होतात का?"

"नाही."

"तुम्ही दोघी ह्याच हॉस्पिटलमध्ये काम करता. पण एकमेकींत कधी इथल्या प्रॉब्लेम्सबद्दल चर्चा करता?"

"बाबा, सगळं करणारी मीच आहे आणि इतरांना काही अकला नाहीत, असं समजणाऱ्या माणसांना प्रॉब्लेम्सच नसतात."

"तिला काही प्रॉब्लेम्स नसतील, पण इतरांना काही प्रश्न पडत नाहीत, असं थोडंच आहे?"

"ते प्रश्न सोडवायची आईची पेटंट पद्धत आहे. कुणीही कोणताही प्रश्न विचारायला आलं की तिचं उत्तर ठरलेलं असतं, 'आय विल् थिंक ओव्हर इट.' एकदा मी तिला गमतीने म्हणाले, 'यू आर नॉट थिंकिंग ओव्हर, यू आर ओव्हरथिंकिंग."

"तुझ्या मते, ती असं का करते?"

"स्वतःचा मोठेपणा त्याशिवाय सिद्ध करता येत नाही. स्टाफला अंधारात ठेवून आपला वचक बसवायचा. माणसं खेपा घालून वैतागतात आणि तिचा आठ्या पडलेला चेहरा बघायचं टाळतात. सौंदर्य हातातली गोष्ट नाही. किमान चेहरा तरी प्रसन्न असावा. तो कायम असा आणि दुसरं म्हणजे कुणाला विश्वासात घ्यायचं नाही. जाता-येता नियमांवर बोट ठेवायचं. मेडिसिन-सर्जरीखालोखाल तिने सर्व्हिस रूल्सचा म्हणजे एम.एस.आर.चा अभ्यास एम.एस.पेक्षा जास्त केलाय. त्यामुळे जाता-येता मेमो देण्याची भाषा असते. तिचा वास्तविक सर्जरीला हात इतका चांगला आहे, जबरदस्त स्किल आहे."

"मग ती तेच काम का करीत नाही?"

"तिथं अडवणूक करता येत नाही. शेपट्या हातात ठेवण्याची ती बाब नाही. ॲडमिनिस्ट्रेटिव्ह पोस्ट असूनही तिने युक्त्याप्रयुक्त्या करून स्वतःचा वॉर्ड ठेवला आहे. ते सगळं जाऊ दे, तुम्ही बोअर व्हाल. मला फक्त एकच सांगा, गेल्या महिन्यात तुम्ही पाच वेळा अर्ध्या जेवणावरून उठलात आणि आजही..."

"जेवण म्हणजे मी निव्वळ उदरभरण समजत नाही. अन्न हे पूर्णब्रह्म ह्या धारणेवर माझी श्रद्धा आहे. म्हणूनच जेवणाऱ्या माणसाचा कुणी अपमान केला तर तो मी अन्नब्रह्माचा अपमान मानतो. असलं अन्न अंगी लागेल का?"

चंदा खूप गंभीर झाली. ती काही बोलणार तोच वर्षा आत आली. दोघांकडे

विशिष्ट नरजरेने पाहत ती म्हणाली,

"एवढ्या जिव्हाळ्याच्या गप्पा कसल्या चालल्या आहेत?"

"अशाच इकडच्या तिकडच्या."

"माझाच विषय चालला असेल, दुसरं काय? मला सगळ्या गोष्टींचा वास येतो."

"वास घेत बसण्यापेक्षा, इथं बस."

"काही नको. चालू दे तुमचं." इतकं सांगून वर्षा नुसतीच निघून गेली असं नाही तर जाताना खोलीचा दरवाजा बंद करून गेली. ते पाहिल्यावर जो प्रश्न विचारण्याचं चंदा टाळणार होती, तो प्रश्न तिने उतावीळपणे विचारला,

"बाबा, तुम्ही आईशी लग्न कसं केलंत? पुरुष नक्की सौंदर्याचा विचार प्रथम करतो. तुम्ही तेव्हा आईत काय पाहिलंत?"

"मी तुझ्या आईला विकला गेलो."

"म्हणजे?"

"तुझ्या आईने मला जवळजवळ मरता-मरता वाचवलं आहे."

"सरप्रायझिंग."

"इट इज अ फॅक्ट."

"ते मी नाकारीत नाही. पण हे 'मी केलं, मी केलं' हे तिने जाता-येता ऐकवलं असतं."

"त्याचा तिला आता कदाचित पश्चात्ताप होत असेल, कुणी सांगावं?"

"वाचवलं म्हणजे काय केलं?"

"तिने माझं ॲपेंडिसायटिसचं ऑपरेशन केलं."

"ॲपेंडिक्स वगैरेला आता कुणी फार घाबरत नाही."

"माझी गोष्ट वेगळी होती. ते नुसतं ॲपेंडिक्स नव्हतं. तू डॉक्टर आहेस तेव्हा तुला ते फटाफट समजेल. मी पाठांतर केल्याप्रमाणे काय झालं होतं ते सांगतो. मला तेव्हा हाय फीव्हर, टॅकी कार्डिया, रप्चर्ड ॲपेंडिक्स, पेरीटोनायटीस आणि त्यामुळे टॉक्सिमिया सेप्टीसिमिया अशी काहीशी अवस्था होती. आता ह्या सगळ्याचा क्रम उलटसुलट झाला असेल सांगताना."

"मग खरंच चॅलेंज होता."

"त्यातून तिने वाचवलं. सहवास घडला. मी पूर्णत: कृतज्ञभावाने नम्र, अबोल झालेलो. लॉच्या टर्म्स भरीत होतो. कॉलेजमध्ये प्रिय होतो. पोरी माझ्यासाठी मरत होत्या, तरीही मला मरता-मरता वाचवणाऱ्या वर्षाला मी होकार दिला. ती माझ्यापेक्षा पाच वर्षांनी मोठी असतानाही."

चंदा चक्रावून बघत राहिली.
"काय झालं?"
"तुम्ही आईपेक्षा लहान आहात, हे मला माहीत नव्हतं."
बाबा नुसतं मंद हसले.
"तुमच्या ऑपरेशनचं म्हणजे स्वत:च्या कर्तृत्वाचं कौतुक आईने कसं केलं नाही माझ्याजवळ हे नवल आहे."
"सुरुवातीला ती ज्याला त्याला सांगायची. पण माझा परिचय करून दिल्यावर जेव्हा बघणाऱ्याच्या नजरेत इतक्या हॅण्डसम माणसाची बायको अशी?–हे दिसायला लागलं, तेव्हा सगळं कमी झालं. माझं शिक्षण चालू होतं. मी हॉस्टेलवर राहत होतो. मुलगी माझ्यापेक्षा वयाने मोठी आहे, समजल्यावर माझ्या घरचे सगळे नाराज होते. हॉस्पिटलतर्फे क्वार्टर्स मिळाले होते म्हणून सासरी राहण्याचा प्रश्नच नव्हता. मी पदवीधर होईपर्यंत वर्षाजवळ राहायला आलो नाही. कारण तिला त्याचा कमीपणा वाटतो, हे मला समजलं होतं."
"म्हणजे तिच्या स्वभावाचा तुम्हाला तेव्हा साधारण अंदाज आला होता."
"मला तेव्हा त्यात काही गैर वाटलं नाही. तारुण्याची नशा होती. आपलं रक्त सळसळतं असतं तेव्हा तो एक चैतन्याचा साक्षात्कार असतो. सगळं चांगलंच वाटतं आणि त्यातही हिने आपला प्राण वाचवला आहे ह्या ऑब्लिगेशनचा जबर पगडा होता."
"तरीही, सुंदर मुली मागे असताना..."
"चंदा, दगडाला शेंदूर फासून एकदा गाभाऱ्यात त्याची स्थापना झाली की ते भक्तिस्थान होतं. भक्ती नेहमीच सुंदर असते. स्वभावाचा थोडा अंदाज आला तेव्हा ठरवलं, नुसतं बी.ए., एलएल.बी.वर थांबायचं नाही. पीएच्.डी. करायची. सोळा वर्षं लागली."
"तुमचे आत्तापर्यंतचे सगळे कष्ट मी पाहिले आहेत. आणि अजूनही तुम्ही स्वस्थ बसलेले मला आठवत नाही."
"संवाद तुटल्यावर माणूस काय करील? दोन रूळांसारखा आमचा प्रवास चाललाय आणि पॅरलल लाइन्स नेव्हर मीट, हे तुला माहीत आहे. स्वत:च्या संसाराची ही अवस्था पाहिल्यावर मी खास करून मॅट्रिमोन्युअल केसेस्मध्येच प्राविण्य मिळवायचं ठरवलं आणि चंदा, एक गोष्ट आज अभिमानाने सांगावीशी वाटते, ती ही की, आजवर मी जितक्या केसेस् हाताळल्या त्यात घटस्फोट मिळवून दिलेल्या जोडप्यांपेक्षा त्यांना पुन्हा नांदायला प्रवृत्त केलेली जोडपी जास्त आहेत. माझ्याकडे ऑफिसात आणि इथं घरीही, वेळी-अवेळी माणसं धावत येतात ते त्यांचे संसार तुटू नयेत म्हणून."

बोलता-बोलता बाबांचा गळा दाटून आला आणि एकाएकी ते हुंदके देऊन रडायला लागले. हा आवेग डिप्रेशनपायी, अँक्झायटीमुळे की स्वत:च्याच संसारातल्या फ्रस्ट्रेशनपायी, ह्याचा चंदाला उमज पडेना. पण अश्रूंमागचं कारण काहीही असो, तिथं प्रथम सांत्वन हवं असतं, हे नक्की. तिने बाबांना जवळ घेतलं.

ड्रिंक्सपायीही हे घडू शकतं.

"शांत व्हा."

स्वत:ला सावरत बाबा म्हणाले,

"आय ॲम परफेक्टली नॉर्मल. स्वत:चं हे यश आजपर्यंत कुणाला सांगायला मिळालं नाही, इतकंच."

"तुमचं आणि आईचं का जमलं नाही, ते मला आता थोडं कळायला लागलं."

"इतके दिवस काही माहीत नव्हतं, तेच बरं होतं, असं वाटायला लागलं की नाही?"

"नाही बाबा, ती अवस्था सर्वात वाईट. एखादी व्यक्ती अशी का वागते, हे शोधण्यात, अन्वय लावण्यात खूप एनर्जी वाया जाते. वेळ जातो. स्वत:चा तो पराभव पचवता येत नाही. जगात कितीही प्रकारचे आनंद असले तरी त्यातला सर्वांत मोठा आनंद आपण समोरच्या व्यक्तीला करेक्ट ओळखलं, हाच असावा. त्यात अहंकाराची तृप्ती असते, म्हणून तो आनंद सर्वश्रेष्ठ. तुमचा संसार कसा चालतोय, ते मी बघत का नव्हते? फक्त काही उत्तरं अभ्यासपल्याड असतात."

"कोणती?"

"स्वभाव समजतो, तरीही काही घटना घडल्याच कशा ह्याची उत्तरं मिळत नाहीत. आज तुमची सर्वांत मोठी व्यथा मला समजली."

बाबांनी नुसतं पाहिलं.

"तुम्ही जास्तीत जास्त संसार घटस्फोटाच्या कड्यावरून मागे आणलेत, पण स्वत:चाच संसार मात्र..."

"तू म्हणालीस ना, पर्सनॅलिटी पॅटर्न असतो म्हणून? तुझी आई अडवणूक करून आनंद मिळवते, तर मी सोडवणुकीत चैतन्य शोधणारा झालो."

"कसे झालात?"

"तुझ्या आईनेच ट्रेनिंग दिलं समज."

"मला नाही समजलं."

"बाई कुरूप असूनही तिला पदवीच्या जोरावर अधिकार मिळाले तर कशी

वागू शकते, हे मी रोज अनुभवत होतो. तिचा वरचष्मा मी प्रारंभी मानला. उपकाराची भावना होतीच. तिने वाचवलं, मान्य. पण ह्याचा अर्थ माझ्या भविष्यकाळासकट तिने मला विकत घेतलं, असा होऊ शकत नाही. वर्षाच्या चालण्या-बोलण्यात, वावरण्यात, फार कशाला निव्वळ तिच्या अस्तित्वानेसुद्धा ती कायम दर्शवत राहिली की, ती आहे म्हणून मी आहे. तुझा जन्म होईपर्यंत तिचं वागणं त्या मानाने सौम्य होतं. कारण तिला अपत्याची गरज होती. ती पूर्ण झाली. नशिबाने तू देखणी झालीस. तो तिचा मोठा विजय होता. 'पोरीने बापाचं रूप घेतलं, हे छान झालं' हेही ती म्हणायची. मी जर मिडीऑकर राहिलो असतो तर आमच्यात अंतर पडलं नसतं. तिच्या अहंमन्य स्वभावाकडे दुर्लक्ष करण्याची शक्ती कमावण्यासाठी मी एल.एल.एम. झालो आणि पीएच.डी.चं वेड घेतलं. व्यवसायात लोकप्रिय झालो. मी पैसा किती जोडला ह्याला महत्त्व नाही. मी दुभंगणारे संसार जास्त जोडले. परिवार वाढला. व्याप वाढला आणि यशाच्या प्रत्येक नव्या टप्प्यावर तुझ्या आईचा जळफळाट वाढला. ती दिसायला इतकी टाकाऊ नव्हती. पण वृत्तीप्रमाणे माणसाच्या फिचर्स पण बदलतात.''

''तिला कधीही कौतुक वाटलं नाही?''

''कसं वाटेल? मी तिच्या हातून सुटत चाललो ही भीती, त्यात ती माझ्यापेक्षा पाच वर्षांनी मोठी आहे, ह्याची कायम दहशत. आपल्या अर्ध्या वचनात राहणारी कर्तृत्ववान माणसंच कौतुकाला पात्र ठरतात. नाहीतर तुझा तिचा व्यवसाय एकच असून, तुमच्यातला संवाद कमी का होत जावा? सतत हात जोडून आणि ओठ मिटून समोर उभं राहणाऱ्यांनाच ती जवळ करते. तेही जिव्हाळ्याने नव्हे, त्यांचा वापर करायचा असतो, म्हणून.''

पुन्हा खोलीचा दरवाजा उघडून वर्षा आत येत म्हणाली,

''एका रात्रीत माझा विषय संपणार नाही. थोडं उद्यासाठी ठेवलंत, तर तुमची उद्याची संध्याकाळ पण चांगली जाईल. बघा विचार करून...''

चंदाला आता ते सहन करणं अशक्य झालं. ती काही बोलणार तोच बाबा म्हणाले,

''उद्याच्या एका दिवसात तू आम्हाला भरपूर विषय देशील. आम्हाला उद्याची चिंता नाही.''

वर्षा दार आपटून निघून गेली.

चंदा म्हणाली, ''आपण तिच्याबद्दलच बोलत होतो हा योगायोग. पण शी इज पॅरॉनॉइड.''

''मला तेही माहीत आहे. अनेक संसार ह्या राक्षसाने कड्याच्या टोकापर्यंत

आणून उभे केले आहेत. मी स्वत:ही अनेक वर्षं त्याचे फटके खातोय तुझ्या आईकडून. एका प्रसंगी तर तू मला वाचवलं आहेस.''

''मी?'' कमालीच्या आश्चर्याने चंदाने विचारलं. बाबा सांगू लागले,

''ज्या काही मोजक्याच व्यक्तींना घटस्फोट घेणं आणि त्यांना तेच सांगणं आवश्यक वाटलं, अशा काही व्यक्तींपैकी सविता जोगदेव. तिचा नवरा पराकोटीचा पॅरॉनॉइड. घरात सतत कचकच चालायची. त्याला बायकोची प्राप्ती हवी होती, पण तिचा विकास नको होता. स्वत: जोगदेव कमालीचा टॅलण्टेड. लोकप्रिय. चॅलेंजेस स्वीकारणारा.''

''तरी असा?''

''टॅलेण्टेड माणसं तर फार उपद्रवी होऊ शकतात. बुद्धी हे एक प्रचंड शस्त्र आहे. मी तर अस्त्रच म्हणतो. आणि ते स्वयंचलित असतं, हा मोठा धोका. बुद्धीला विशाल मनाचं मैदान लाभलं तर आयुष्य एखाद्या खेळासारखं रंगवता येतं. तेच मन जर कुरुक्षेत्रासारखं झालं तर मग किती अक्षौहिणी जीव बरबाद झाले हे मोजायचं नाही आणि चंदा, हत्या ही हत्याच. ती एका मानवी मनाची केली काय किंवा असंख्यांची काय, सारखंच. वृत्ती हीच शक्ती. भरडले किती जातात, हे गौण.''

''जोगदेव काय करायचे? मारहाण?''

''मारहाण परवडली. सूक्ष्म छळाच्या वेदना अमर असतात. एकच उदाहरण सांगतो. एकदा हा जोगदेव ट्रिपला गेला, स्टॅग पार्टीला. सगळे मित्र-मित्र. दोन दिवसांनी परतला. घरी येताक्षणी त्याने प्रथम घरातली संततिनियमनांच्या साधनांची संख्या मोजून चेक् केली.''

अंगावर शहारा येऊन चंदा म्हणाली,

''हॉरिबल...''

''त्याच दिवशी दुपारी ती मला भेटायला आपल्या घरी आली. तिने मला हे सगळं सांगितलं. माझ्या खांद्यावर डोकं टेकून ती बेदम रडली. मी तर समजूत घालून घालून थकलो. इतकंच नव्हे तर तूसुद्धा गोंधळून गेली होतीस.''

''मी तेव्हा होते तिथे?''

''तू तो प्रसंग विसरलीस तर! शक्य आहे. मी त्या दिवसापासून संपूर्ण बदललो. तुझ्या आईने टाकलेल्या फासातून वाचलो.''

चंदाचा चेहरा न्याहाळत बाबा म्हणाले,

''माझ्याकडे एक बाई आली आहे, हे लिफ्टमनने सिक्युरिटी ऑफिसरला म्हणजे सिक्युरिटी गार्डला सांगितलं. त्यांना फक्त विड्या पीत बसण्यासाठीच

पगार मिळतो, असं मी समजत होतो. पण निदान ह्या हॉस्पिटलमधल्या गार्डला आणखी एक काम होतं. त्याने ही वार्ता तुझ्या आईला सांगितली. तिने लिफ्टमनतर्फे आपल्या ह्या फ्लॅटला बाहेरून कडी घातली, मला रेडहॅण्ड पकडायचं म्हणून."

"तुम्हाला कसं कळलं?"

"पैशाने माणसं विकत घेता येत नाहीत का? ज्या लिफ्टमनने बाहेरून कडी लावली, त्यानेच मला सावध केलं, ह्यात काय ते समज."

"सविताने लग्न केलं?"

"नाही."

"भेटते?"

"प्रयत्न करते, मी टाळतो."

"का?"

"तो मार्ग अत्यंत सोपा आहे म्हणून. विचार जुळेपर्यंत पर्वताचा चढ चालू असतो. विचारांचा प्रवास शिखरापाशी संपला तर कोणत्याही दिशेने टाकलेलं पहिलं पाऊल उताराकडेच नेणारं. शिखर जवळ दिसायला लागलं तेव्हाच प्रवास थांबवला."

"त्या दिवशी नंतर काय झालं?"

"दाराचा आवाज न करता तुझी आई आत आली. तू आणि मी सविताची समजूत घालत होतो. काहीच न सापडल्याने तुझी आई वैतागली. तू नेहमीप्रमाणे खेळायला शेजारी गेली असशील किंवा मी तुला कुठेतरी पिटाळली असेल, ही तिची अपेक्षा. तरी ती तुला एक वाक्य बोललीच, 'चंदा बेटा, अशा प्रसंगी घरात राहायचं नाही, हे तुला कधी कळणार?' "

"माय गुडनेस."

"त्या रात्री मी प्रथम पेग घेतला."

ठरल्याप्रमाणे वीणा भेटली. वर्षाचा विषय निघणं अपरिहार्य होतं. वीणाशी बोलताना चंदासमोर आई होती. वीणासमोर कुमार आणि चंदाची जोडी होती. किती भिन्न भिन्न हेतूंनी माणसं माणसांना भेटतात, हे दोघींच्या गावी नव्हतं. माणसं माणसांना भेटतच नाहीत. वेगवेगळे हेतू एकमेकांसमोर येतात. सावल्या सावल्यांना भेटतात. म्हणूनच हेतूपूर्तता झाली की माणसं एकटी पडतात. दुसरा माणूस भेटला नाही तरी चालतं. फार कशाला, सगळेच हेतू संपले की स्वत:च्या आयुष्यातला आजचा दिवसही नको वाटतो. अनेक माणसांचं आत्महत्येमागचं कारण गूढ राहतं ते असं.

वीणा सांगू लागली,
"माली आणि मी नुसत्या क्लासमेट्स नव्हतो, तर रूममेटही होतो. त्यामुळे मी तिला अंतर्बाह्य जाणते. तुझी आजी बड्या वर्तुळात वावरणारी. तिला आपल्या मुलीची लाज वाटायला लागली. ऐषारामाची चटक लागली की पोटची मुलंही अडगळीसारखी वाटतात. तुझ्या आजीने फक्त स्वत:च्या मुलीला लांब ठेवलं, पण तेवढ्या एका घटनेने तुझी आई अवघ्या सुंदर आयुष्याची वैरीण झाली."
"दॅट इज दि ट्रॅजिक पार्ट ऑफ इट."
"तरीही तिने सगळं आयुष्य युटिलाइज केलं. बाह्य जगाशी तिने संपर्क तोडला. चोवीस तास पुस्तकात डोकं खुपसून बसायची. गोल्ड मेडॅलिस्ट आहे. पण वृत्ती वाईट. अडवणूक करीत, जगावर सूड उगवत ती जगतेय. सर्जिकल हात जबरदस्त आहे, तरीही ॲडमिनिस्ट्रेटिव्ह पोस्ट घेतली."
"गुणी माणसांची अडवणूक करता येते ना?"
"म्हणजे नक्की काय करते?"
"डॉक्टर ठकार म्हणून एक गायनॅकॉलॉजिस्ट आहे. ती प्रमोशनवर आली आहे. क्लिनिकल जॉबमध्ये तिला विलक्षण रस आहे हे समजताक्षणी, तिला फक्त मस्टर आणि फायली ह्यात गुंतवली. आईपेक्षा ठकारकडे एक डिग्री जास्त आहे तर पाटीवरच्या नावाखाली पदव्या लिहिण्याची गरज नाही, इथपासून आईने पिच्छा पुरवला. ठकारने पाटी लावायची आणि आईने ती काढून टाकायची, हाच प्रकार पंधरा दिवस चालला होता."
"काय पोरकटपणा..."
"ती ठकार त्यात दिसायला चांगली. बोलायला लाघवी. मुंबईतले तिचे पूर्वीचे पेशंट त्या ठकारचा पत्ता काढत काढत येतात, ठकारनेच ट्रीटमेंट द्यावी म्हणून. आई अशा पेशंट्सना परस्पर 'ठकार इथं काम करीत नाही' म्हणून पिटाळते."
"ठकार गप्प का बसते?"
"ती खूप सहनशील आहे. पण तिला जबरदस्त फ्रस्ट्रेशन आलंय. अत्यंत प्रतिकूल परिस्थितीत ती जिद्दीने एम्.डी. झाली. कामाला वाघ आहे. एक क्षण रिकामी बसत नाही. आनंदी, टवटवीत वृत्तीची आहे. क्लिनिकल वर्क हे तिचं कर्तृत्वाचं क्षेत्र आहे. बिचारी एम्.डी. म्हणून सर्व्हिसमध्ये आली. वीस वीस तास काम करायची. पण रिटायर होताना मात्र क्लार्क म्हणून रिटायर होईल."
"शी शुड फाइट फॉर हर राइट्स."

"तिच्या ऑफिसातलं तिचं रायटिंग टेबल तिने कोणत्या भिंतीकडे तोंड करून ठेवावं, इथपासून आईचे निर्बंध आहेत. इतरांना सात तास ड्युटी तर ठकारला आठ तास. हॉस्पिटलचा लेबर स्टाफ स्वत:च्या घरकामासाठी वापरते आई. मर्जीतली डॉक्टरमंडळी जेमतेम दोन-तीन तास ड्युटी करून आराम करतात."

"हे चालतं?"

"कोण बोलणार? शेपट्या हातात ठेवायच्या हे मुख्य धोरण. अडवणूक हे तत्त्व. मावशी, हे काहीच नाही. डॉक्टर नारिंगे म्हणून एक डॉक्टर होता. उत्कृष्ट चित्रकार आहे तो. रक्तदान मोहीम, दारूबंदी, एड्स असले सप्ताह असले की त्याच्याकडून अप्रतिम पोस्टर्स, बॅनर्स बनवून घ्यायची. त्याची एकच मागणी होती. तो भत्ता वगैरे न मागता कितीही ओव्हरटाइम करायला तयार असायचा. फक्त तीन तास ड्रॉइंग क्लासला जायला वेळ द्या, एवढीच सवलत हवी होती. आईच्या हातात असून तिने ती सवलत दिली नाही. त्याने रिप्रेझेंटेशन केलं तर त्याची थेट कांदिवलीला बदली केली. हे पुन्हा नियमांवर बोट ठेवून. वरची माणसं आपोआप गप्प बसतात. त्या ठकारला तर सळो की पळो करते. तिला अधिकार असून टेलिफोन नाही. कोणत्या तरी एका वॉर्डाचं रिनोव्हेशन चालू आहे. सहा महिने काम चालेल. तिथं फोन पडून आहे, पण तो ठकारला मिळणार नाही. तुम्ही कंटाळला असाल, तरी एक किस्सा सांगते. अशाच एका वॉर्डामधला फोन बंद पडला होता. ते आईला समजलं. तिने त्या ठकारला माझ्यासमोर सुनावलं.

ठकारने शांतपणे विचारलं,

'स्वत:च्या वॉर्डमधला फोन बंद आहे, हे प्रथम वॉर्ड सिस्टरने सांगितलं पाहिजे, तेही टेलिफोन ऑपरेटरला. बॉम्बे टेलिफोन्सची माणसं आठवड्यातून एकदा चेकिंगसाठी येतात तेव्हा ऑपरेटरने त्यांना सांगायला हवं. आणि तरीही काम झालं नाही तर ठकारबाईंकडे तक्रार यायला हवी.' आई त्या डॉक्टर ठकारना म्हणाली,'जो फोन दोन महिने बंद होता, तो मी एका मिनिटात सुरू केला. तुमचं लक्ष कुठं असतं?' ती ठकारबाई मूळची सुसंस्कृत म्हणून गप्प बसली. ती निघून गेल्यावर मी आईला विचारलं,'आगीचे बंब काही गावभर, आग लागली आहे का?'–अशा चौकशा करीत भटकत नाहीत. पंचवीस वर्षं अहोरात्र हिक्टॅस्टमी, सीझर्स करीत आयुष्य वेचीत घालवलेल्या एम.डी. डॉक्टरने असली कामं करायची का?' ".

वीणा नुसती हसली. चंदा न राहवून म्हणाली,

"धिस इज नथिंग. हैद्राबादला गायनॅक कॉन्फरन्स होती. आमच्या आईने

ठकारचा अर्ज दाबून ठेवला आणि ज्या बाईला इंटरेस्ट नव्हतं आणि जी महिन्यानंतर कॉर्पोरेशन सोडून जाणार होती तिला मुद्दाम पाठवलं. काय म्हणावं या वृत्तीला?''

''म्हणूनच दुबईला चल.''

''खरं म्हणताय का?''

''सिरियसली सांगते. गुणांची, ज्ञानाची, विद्वत्तेची गळचेपी करणारा हा देश. ज्यांना स्वत:ची शक्ती योग्य मार्गासाठी वापरायची आहे, त्याने योग्य क्षेत्र निवडायलाच हवं. उत्तम बियाणं आणि सुपीक जमीन ह्यांचाच संयोग व्हायला हवा. तू 'हो' म्हण, आय विल मॅनेज एव्हरीथिंग.''

त्यानंतर दोन ते तीन महिने चंदाची बेदम धावपळ चालली होती. दोन-तीन वेळा वीणाचा दुबईहून फोनसुद्धा आला. 'तुझा उत्कर्षही तुझ्या आईला बघवणार नाही' असं तिने मत व्यक्त केलं. चंदाने बाबांना विचारलं,

''असं होईल? तेही आईकडून?''

बाबा म्हणाले,

''नवऱ्याचा सक्सेस जर बायकोला खुपतो तर तीच बाई, आई झाल्यावर काय फरक पडणार? मीठ कशातही टाकलं तरी ते खारटपणा सोडतं का? वापरायचं किती ते आपल्यालाच ठरवावं लागतं. आयुष्याची चव ही ज्याची त्याने सांभाळायची असते.''

चंदा अजून दोलायमान अवस्थेत होती. बाबा म्हणाले,

''मला कधीकधी तिची कीव येते. बुद्धी असूनही माणूस कसा एकटा पडतो, त्याचं चालतं-बोलतं प्रतीक ह्या घरात आहे. तिच्या आईने केवळ ह्या एका कुरूप मुलीचा कंटाळा केला, पण ही पोरगी यच्चयावत् सगळ्या सौंदर्याची वैरीण झाली.''

चंदाच्या गोंधळलेल्या चेहऱ्याकडे पाहत बाबा म्हणाले,

''सौंदर्य हा प्रचंड मोठा सर्वस्पर्शी शब्द आहे. भरपूर मेहनत करून घामाचा वर्षाव करीत जाणारा हातगाडीवाला, दुपारच्या भाजणाऱ्या उन्हात सौंदर्याने चमकत असतो. कष्ट हे सौंदर्य. बुद्धी हे सौंदर्याचंच रूप. नम्रता म्हणजे देखणेपण. कोणंतही काम भक्तीने करणं हेच सौंदर्य. आणि प्राप्त झालेली कोणतीही शक्ती कुजवत ठेवणं ही कुरूपता. तू दुबईला जा, माझी काळजी करू नकोस.''

चंदाच्या डोळ्यांतून पाण्याची धार ओघळू लागली. तिला जवळ घेत बाबांनी विचारलं,

"माझा विचार करतेस का?"
"समजायला लागल्यापासून तुमचा विचार सतत करीत आले."
"मी तेच करीत इथं दिवस काढले."
भारावून जात चंदा बाबांना बिलगत म्हणाली,
"तुमच्या सौंदर्याच्या व्याख्येत मला एक नवा विचार जाणवला. जो प्रथम दुसऱ्याचा विचार अगोदर करतो, ती व्यक्ती म्हणजे सुंदर व्यक्ती."
"जा, माझा विचार करू नकोस. यशस्वी हो."

त्या रात्री वर्षा कमालीची तडकली होती. तिनेच जेवताना विषय काढला तो पेटंट वाक्याने.
"कुणाकुणाची काय काय कारस्थानं चालतात त्याचा मला अचूक वास येतो."
बाबा चेष्टेने म्हणाले,
"चंदा, आश्चर्याची गोष्ट म्हणजे ह्यावेळेला मलाही वास येतोय आणि तो वास साधासुधा नाही. इम्पोर्टेड आहे. पण मंद आहे. माझं नाक अजून तयार झालेलं नाही. पण..."
चंदा घाईघाईने म्हणाली,
"तो पर्फ्यूम माइल्डच आहे. वीणामावशीने मला जाताना दिलाय."
वर्षा आठ्या घालत म्हणाली,
"आणखीन काय काय दिलंय तेही सांगून टाक."
"काही नाही."
"कशाला लपवतेस? मला पासपोर्ट, व्हिसा आणि स्पॉन्सरशिप लेटर, पगार सगळं समजलंय. जा, खुश्शाल जा. तुझा उत्कर्ष मला नाहीतरी बघवणार नाही, असं म्हणतात..."
चंदा उफाळून म्हणाली,
"ह्याचा अर्थ आपला ऑपरेटर लाइन टॅप करतो. तुला जोडून देतो किंवा स्वत: ऐकून तुला कळवत असला पाहिजे."
"ॲडमिनिस्ट्रेशनमध्ये काही माणसं हाताशी धरावीच लागतात, त्याशिवाय..."
"त्यांच्या शेपट्या हातात धरता येत नाहीत, असंच ना? शेपट्यांच्या मागे लागण्यापेक्षा त्यांची मनं जिंकलीस तर? ती माणसं शेपट्यांसकट तुझ्या स्वाधीन होतील, आनंदाने. ह्याच हॉस्पिटलमध्ये सगळीकडे विश्वासाचं वातावरण निर्माण केलंस तर स्टाफ तुला डोक्यावर घेईल. व्यक्तीपेक्षा संस्था

मोठी असते, हे साधं तत्त्व ओळखलंस तर वॉर्डा-वॉर्डातून तुझ्या तसबिरी लागतील.''

''तुझ्याकडून मला धडे घ्यायचे नाहीत.''

चंदा ठासून म्हणाली,

''मलाही हौस नाही. पण तुला आज ऐकावंच लागेल. तुझा हा रुबाब, तुझ्या स्वत:च्या पायांवर उभा नाही, एवढंच लक्षात ठेव. ती ताकद खुर्चीच्या चार पायांची आहे. ते पाय फार वर्षं पुरणार नाहीत. तुझी तर रिव्हॉल्व्हिंग चेअर आहे. नावडत्या माणसाकडे तुला चटकन् पाठ फिरवता येते. पण केव्हातरी ही खुर्ची आपोआप फिरणार आहे, हे लक्षात ठेव. आई, माणसांना जिंकणं सगळ्यात सोपं. हसतमुख चेहरा, बस्स! बाकी काही लागत नाही.''

''चंदा, यू आर ट्राइंग माय पेशन्स.''

''मी गप्पच बसणार आहे. फक्त एकच लक्षात ठेव. आई, बैल, कुत्री ह्यांच्या शेपट्या त्या मानाने निरुपद्रवी असतात. पण मगरीच्या शेपटीतच अफाट ताकद असते. त्या शेपटीच्या वाटेला जाऊ नकोस. मी कुणाबद्दल बोलतेय, हे तू ओळखलं असशीलच.''

''तेही स्पष्ट बोल की!''

''तुला वास नाही का आला?''

''माझ्या वासाचं मी बघून घेईन. तुला स्पष्ट बोलायला काय जातंय!''

''जिची एक जास्तीची डिग्री तुला सलत होती...''

पण चंदाचं वाक्य संपायच्या आत, ताट सरकवून वर्षा आत उठून गेली.

त्यानंतरच्या आठ-दहा दिवसांत वर्षाने नवऱ्याला आणि त्याहीपेक्षा चंदाला सळो की पळो केलं. तीनच माणसांच्या संसारातली दोन माणसं हातातून निसटून चालली होती. नवऱ्याबरोबर पतिपत्नीचं नातं वर्षाने बाहेरून कडी लावून, त्याला पकडण्याचा सापळा रचल्यापासून नवऱ्यानेच संपवलं होतं. नवऱ्याचं मग नक्की काहीतरी असणार ह्या भ्रामक कल्पनेने ती पछाडली होती. काहीतरी असणार आणि तेही घटस्फोट घेऊनही पुनर्विवाह न करणाऱ्या सविताबरोबरच, हा ठाम ग्रह होता. पकडता येत नव्हतं. स्वत:च्या जास्तीच्या वयाची दहशत होती. चंदाला तर आता पंख फुटलेले होते. आकाश अमर्याद असलं तरीही उड्डाणाला कुणीतरी दिशा द्यावीच लागते. दुर्दैवाने वीणा भेटली. चंदा हां हां म्हणता भाळली असेल का?

नाही.

ह्याचा अर्थ तीही सुटकेचा क्षण शोधत असावी. ती आपली आईच मुलीच्या

रूपाने पाठलाग करते आहे. आपण आता काहीही थांबवू शकत नाही, ही जाणीव भयानक होती.

चंदा एअरपोर्टवर निघाली तेव्हा सेमिनारचं निमित्त सांगून वर्षा गाडी घेऊन निघून गेली हे फारसं अनपेक्षित नव्हतं.
बाबांच्या एका अशिलाची प्रिमियर वन-वन-एट दाराशी हजर होती.
एअरपोर्ट थोड्या अंतरावर राहिला तेव्हा चंदा म्हणाली,
"बाबा, आय डोण्ट मीन टू ॲडव्हाइस यू, काळजी वाटते म्हणून सांगू?"
"बोल."
"ड्रिंक्स कमी करा."
"आता तूही नाहीस. रिकामपण..."
"विचारवंत माणसाची खरी नशा विचारच आणि संवाद हा एकमेव उपाय."
"कुणाशी?"
"फ्रिक्वेन्सी जुळेल त्याच्याशी. व्यसनाने कधी कुणी शांत झालाय का? आपण एका घरात राहून, सतत एकमेकांचा विचार करीत होतो. नुसते विचार हे वांझ असतात. उच्चाराशिवाय विचारांना आकार येत नाही. उच्चारांना नंतर कृतीचं सातत्य हवं म्हणजे ते सगुण होतात. संवादप्रिय माणसाला एकच संजीवनी. ती म्हणजे संवादच."
"आता ह्यांच्यावर कुणीतरी शोधायला हवं."
"सविताकडे अधूनमधून जात राहा. त्यांना का टाळता?"
"मागे तुला सांगितलं, तेच कारण. मी स्वत:ला त्या सगळ्या गोष्टींपासून कटाक्षाने लांब ठेवलंय. तरी तुझी आई..."
"आईचा प्रश्न अवघड आहे. निष्क्रिय माणसं आणि अतिअहंकारी माणसं शेवटी एकटी पडतात. आपल्या ह्याच स्वभावापायी आपण एकटे पडले आहोत, हेही ते मान्य करीत नाहीत. आणि तरीही त्यापैकी काहींचं नशीबच इतकं चांगलं असतं की, अशा माणसांना सांभाळणारी माणसं त्यांना शेवटपर्यंत लाभतात. त्यामुळे आपलं आजवर काहीच चुकलेलं नाही, अशा समजुतीत ती आपला आळस आणि अहंकार दोन्हींचं जतन करतात."
"वर्षाला मीही सोडणार नाही. पण आता सहनशक्ती कमी पडते."
"त्यासाठीच थोडी शक्ती कमवावी लागते. विरंगुळ्याचे क्षण मिळवावे लागतात. त्याहीपेक्षा, विरंगुळा नेमका कोणता त्याचा मागोवा घ्यायचा असतो. तो काही-काहींना माहीत असतो. तो ते अकारण नाकारतात. त्या नाकारण्याचा एक जास्तीचा संग्राम सुरू होतो. दोन-दोन आघाड्यांवर युद्ध

सुरू होतं. नामस्मरणात न रमणारी माणसं, जपजाप्य आणि एकान्ताचा जास्त पाठपुरावा करतात. काही ड्रिंक्स घेतात. त्यापेक्षा जिथं थोडी शांती, क्षणिक शांती का होईना...''

''क्षणिक असं का म्हणतेस?''

''शांत होणं किंवा असणं हा मनाचा मूळचाच धर्म नसेल, तर कोणताही बाह्य उपाय क्षणिकच असतो. 'देवाचिये द्वारी, उभा क्षणभरी' म्हटलंय ते कशासाठी? तो एक क्षण, नको वाटणारं आयुष्य आणि नशिबाने सहवासात लादलेल्या माणसांना सांभाळण्याचं सामर्थ्य देतो. आईसारख्या माणसांना–अहंकारी, निष्क्रिय, मत्सरी, कावेबाज, हेकट, तापट माणसांना त्यांची दिशा सापडलेली असते. काहीकाहींना आपल्या चुका समजतात पण नंतर त्या दिशाच त्या माणसांना सोडत नाहीत. आणि तुमच्यासारखे...''

''बोल, आज सगळं बोल. वेळ थोडा राहिलाय.''

चंदा हुंदके आवरीत म्हणाली,

''दिशांचं आमंत्रण चुकवतात.''

एअरपोर्टपाशी गाडी थांबली. बाबा उतरले आणि बघतच राहिले. नजरेवर विश्वास बसेना. समोर पुष्पगुच्छासहित सविता उभी होती.

''तुम्ही?''

ती नुसती हसली.

''तुम्ही इथं कशा?''

सविता म्हणाली, ''ते चंदा सांगेल.''

''चंदा, हा काय प्रकार आहे?''

डबडबलेल्या डोळ्यांनी चंदा म्हणाली,

''मी तुम्हाला आता मोकळं केलं आहे.''

✣ ✣ ✣